राजहंस प्रकाशन प्रा. लि.

मी (असा) कसा झालो?

दिलीप प्रभावळकर

राजहंस प्रकाशन

मी (असा) कसा झालो?

मी (असा) कसा झालो?
दिलीप प्रभावळकर

संपादक : डॉ. सदानंद बोरसे

प्रकाशक
दिलीप माजगावकर
राजहंस प्रकाशन प्रा. लि.
१०२५, सदाशिव पेठ
पुणे - ४११ ०३०
फोन - (०२०) २४४७३४५९
E-mail : rajhansprakashan1@gmail.com
Website : www.rajhansprakashan.com

मुद्रक
रोहन एंटरप्रायझेस
१६/२, 'स्वोजस'
सहवास सोसायटी
कर्वेनगर
पुणे - ४११ ०५२

Mee (Asa) Kasa Jhalo?
Dilip Prabhavalkar

मुखपृष्ठ व आतील मांडणी :
गिरीश सहस्रबुद्धे

अक्षरजुळणी
मुग्धा दांडेकर
श्रीडी ग्राफिक्स, ९८२२७०७९७१

आवृत्ती पहिली : जून २०२२

राजहंस क्र. F-07-2022

ISBN 978-93-91469-52-8

किंमत : ₹ १७०/-

अर्पण

आयुष्याच्या वाटचालीत
वेळोवेळी मला वेगवेगळ्या दिशांना
वळवणाऱ्या
या पुस्तकातल्या ज्येष्ठांना सादर

मी (असा) कसा झालो?

परवाच एका मुलाखतीत (सध्या 'ऑनलाईन'!) मला विचारलं, "आधी कल्पना होती का, ठरवलं होतं का, पूर्ण वेळ अभिनेता होण्याचं?" म्हटलं, "छे छे, केवळ हौस होती." माझ्या मनात विचार आला, खरं म्हणजे काहीच ठरवलं नव्हतं. कधीच नाही. त्यासाठी स्वत: काही प्रयत्नही केले नाहीत. आता मागे वळून पाहिलं की नवल वाटतं. गंमतही वाटते. पुढे मी काय करणार आहे, कुठे जाणार आहे, कोण होणार आहे, काय मिळवणार आहे, याची पुसटशीसुद्धा कल्पना (किंवा लक्षणं) नव्हती. लहान असताना तर नाहीच, पण विशी-पंचविशीतही नाही. धोपटमार्गी वाटचाल होती सर्वसामान्य तरुणासारखी. वळणावळणावर सारं अनपेक्षितच घडत गेलं!

आचार्य अत्र्यांचं आत्मचरित्रपर पुस्तक आहे- 'मी कसा झालो?' त्यांनी त्यांच्या विविध पेशांतल्या पराक्रमी कामगिरीबद्दल लिहिलं आहे. त्याच चालीवर 'मी (असा) कसा झालो?' असं म्हणावंसं वाटतं. शोधावंसं वाटतं. अत्र्यांसारखं अफाट काहीच नाही. फक्त शीर्षकातलं साम्य!

माझी पुढे जी काही वाटचाल झाली, प्रवास घडला, तो अनपेक्षित होता असंच म्हणायला हवं!

एका मध्यमवर्गीय कुटुंबातला, सर्वसामान्य मुलासारखा मुलगा होतो. माफक महत्त्वाकांक्षा, रस बऱ्याच गोष्टींमधे; पण प्रावीण्य फारसं कशातच नाही. पण जरा जास्त सेन्सिटिव. स्वत:ला व्यक्त करण्याची ऊर्मी. पण कशी, कुठे, माहीत नाही! आणि हो, अस्वस्थही. फार विचार करायचो. हे कसं दिसेल, ते कसं दिसेल, ह्याला काय वाटेल, त्याला काय वाटेल, असा लोकांच्या 'वाटण्या'चा विचार करण्याचा स्वभाव. नियमात बसेल, ते करणं. बंडखोरी, बेफिकिरी नव्हती. बिनधास्तपणा अभावानंच.

...पण मग आयुष्यात टप्प्याटप्प्यावर आपोआप काही माणसं भेटत गेली. सुहृद-सगेसोयरे-हितचिंतक-अपरिचित. अनपेक्षित घटना घडणं, अचानक संधी मिळणं - असं होत गेलं. कधी दिशा बदलली. कधी वेगळं वळण लागलं. ध्यानीमनी नसताना, आपसूक एकेक घडत गेलं. मिळत गेलं. शाळा, कॉलेज, रिसर्च इन्स्टिट्यूट हे संपलं; तरी परीक्षा चालूच राहिल्या, वेगवेगळ्या प्रकारच्या. तयारीला, श्रमाला, मेहनतीला वाव असणाऱ्या.

या सगळ्या टप्प्यांचा वेध घेणारं हे पुस्तक 'राजहंस प्रकाशना'तर्फे प्रसिद्ध होत आहे. 'राजहंस'च्या दिलीप माजगावकरांचं साक्षेपी मार्गदर्शन आणि उत्तेजन, डॉ. सदानंद बोरसे यांचं कुशल संपादन या पुस्तकाला लाभलं. गिरीश सहस्रबुद्धेंची मांडणी आणि सुंदर अर्थपूर्ण मुखपृष्ठ, थ्रीडी ग्राफिक्सच्या मुग्धा आणि मनोहर दांडेकर यांचं अक्षरजुळणीचं उत्तम काम यांमुळे या पुस्तकास देखणं स्वरूप प्राप्त झालं आहे. 'राजहंस प्रकाशन'च्या टीममधल्या शिरीष शेवाळकर, तृप्ती देशपांडे, सारिका भामे, वैशाली जोशी आणि संजय जोशी यांचाही या पुस्तकाच्या घडणीत वाटा आहे... असे सगळे सुयोग या माझ्या (जरा अधिक जिव्हाळ्याच्या) पुस्तकाच्या बाबतीत जुळून आले.

यातील जयवंत दळवी आणि विजय तेंडुलकर यांच्यावरील लेख 'अक्षर' दिवाळी अंकातील 'स्नेहभावी' आणि 'बापमाणूस' पुस्तकातील 'तें'च्या आठवणी या 'अक्षर प्रकाशना'तर्फे प्रसिद्ध झालेल्या लेखांवर पुन:संस्करण करून लिहिले आहेत.

थोडक्यात, मी (असा) कसा झालो? तर, योगायोगानं असा झालो!

दिलीप प्रभावळकर

अनुक्रम

बाबा

मी काहीसा आळशी. कल्पनेतच रमत काठाकाठानं चालणारा. बऱ्याचदा मला पाण्यात ढकलायला लागायचं. असं पाण्यात पडल्यावर मग मी हात मारत आपोआप पोहायला लागलो! काठावर पोहोचलो. पोहताना कधी ब्रेस्ट स्ट्रोक, कधी बटरफ्लाय, कधी क्रॉल, कधी फ्री स्टाईल - पोहण्याच्या वेगवेगळ्या पद्धती, पण पोहलो जोरात! तगलो, तरंगलो. पोहण्याची मजा घेतली. वेगवेगळ्या टप्प्यांवर ही अशी ढकलणारी माणसं भेटली नसती; तर पुढे जे माझ्या आयुष्यात झालं, ते झालं नसतं. मी जसा झालो, तसा झालो नसतो. पुढे (माझ्यात) झालेल्या बदलांना हे आप्तजन निमित्त ठरले. मलाच मी कळत गेलो-सापडत गेलो, त्यांच्यामुळे!

...सुरुवात झाली माझ्या वडिलांपासून.

मला अनेक बाबतीत प्रवृत्त करण्याचं काम माझ्या बाबांनी केलं. वाचनाची आवड मला लहानपणापासून होतीच. बाबांनी आणून दिलेल्या (किंवा मला आणि धाकट्या भावाला वाढदिवसाला भेट दिलेल्या) ना. धो. ताम्हनकर ('गोट्या'), भा. रा. भागवत ('रॉबिनहूड', 'अदृश्य माणूस', 'चंद्रावर स्वारी'), श्री.

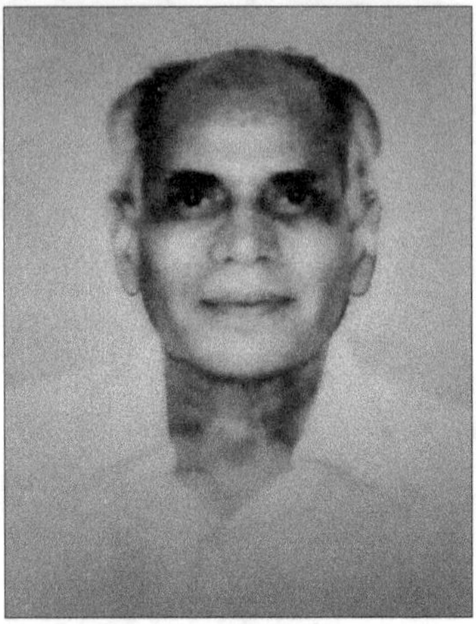

बाबा

शं. खानवेलकर ('चंदू'), मार्क ट्वेन (रघुवीर सामंतांनी केलेलं भाषांतरित 'टॉम सॉयर') यांच्या पुस्तकांमुळे वाचनाला सुरुवात झाली. आवड निर्माण झाली.

मी आणि माझा भाऊ राजीव मराठी माध्यमात होतो. मी नववीत असताना बाबांनी माझ्याकडून इंग्रजी पुस्तकं वाचून घ्यायला सुरुवात केली. 'अ टेल ऑफ टू सिटीज', 'रॉबिन्सन क्रुसो' आणि 'शेरलॉक होम्स' ही पुस्तकं अजून आठवतात. शेरलॉक होम्सनं तर पुढे अनेक वर्षं साथ केली.

त्यावेळची गंमत म्हणजे, पुस्तकातली प्रकरणं मोठ्यानं वाचताना बाबा समोरच असायचे आणि मी फक्त त्यांच्यासाठीच वाचत असल्याप्रमाणे एकाग्रतेनं, मन लावून ऐकायचे. शब्द अडला की, मी त्यांना विचारत असे. ते लगेच अर्थ सांगत. मग मी पुढे वाचत जाई. त्यांना त्या कथा माहीत होत्या. पण मी वाचताना त्यांच्या चेहऱ्यावर पहिल्यांदाच ऐकत असल्यासारखी उत्सुकता असे. त्यामुळे मला वाचनाबरोबरच त्यांना गोष्ट ऐकवल्याचंही समाधान मिळे. त्याच काळात त्यांनी मला डिक्शनरी कशी बघायची ते दाखवलं. अर्थ नाही कळला की, जाडजूड डिक्शनरी उघडून अर्थ शोधायचा. मग पुढे गोष्ट सुरू करायची. मला सारखा सारखा असा व्यत्यय नको वाटायचा. मग कधी त्यांचं लक्ष नाही असं बघून किंवा ते ऑफीसमधे गेले असताना तसाच अंदाजानं अर्थ लावून मी वाचन चालू ठेवत असे.

त्यांनी त्यानंतर मला 'रीडर्स डायजेस्ट'मधल्या संक्षिप्त कादंबऱ्याही सातत्यानं वाचायला दिल्या. ते आधी वर्णन करीत. पहिल्या आणि दुसऱ्या महायुद्धाच्या पार्श्वभूमीवरील त्या कादंबऱ्यांनी माझी वाचनाची गोडी वाढवली.

माझ्याकडून तशा त्यांनी करवून घेतलेल्या अनेक गोष्टी होत्या. शिवाजी पार्कजवळच्या 'महात्मा गांधी ऑलिंपिक स्विमिंग पूल'मधे मी पोहायला शिकलो. (खूप पुढे फिल्म शूटिंगमधे मी तीन चित्रपटांत बुडण्याचे, नाकातोंडात पाणी जाऊन घाबरल्याचे, गटांगळ्या खाण्याचे सीन्स केले ते पोहायला चांगलं

येत असल्यामुळे! कौशल्य नसल्याचा अभिनय कौशल्य असल्यामुळे जास्त परिणामकारक करता आला! एस.एस.सी.च्या परीक्षेनंतरच्या उन्हाळी सुट्टीत मी नाशिकला 'भोसला मिलिटरी स्कूल'चा कोर्स केला. घराजवळच्या एका मॉडर्न जिम्नॅशियममधे गेलो. (शरीर पिळदार वगैरे नाही झालं; पण व्यायामाची आवड उत्पन्न झाली, फिटनेस वाढला!) कॉलेजात तीन वर्षं एन.सी.सी.त दाखल झालो. कार ड्रायव्हिंग स्कूलमधे ड्रायव्हिंग शिकलो. खेळांची (बॅडमिंटन, क्रिकेट, टेबल टेनीस, बुद्धिबळ इ.) आवड निर्माण झाली. या सगळ्या गोष्टी मी केल्या ते बाबांमुळे. आग्रह किंवा सक्ती न करता माझ्याकडून ह्या त्यांनी करवून घेतल्या, हे मला उशिरा कळत गेलं. या सगळ्याच गोष्टींचा मला पुढे प्रत्यक्ष व अप्रत्यक्षरित्या उपयोग झाला.

पी. जी. वुडहाऊसची ओळखही - थोडा मोठा झाल्यावर- बाबांनीच करून दिली. सुरुवातीला ती शैली, विनोद समजायला थोडा वेळ लागला. पण नंतर वुडहाऊसच्या कथा-कादंबऱ्यांचा नादच लागला. आजतागायत ती आवड कायम आहे. चित्तवृत्ती प्रसन्न करणाऱ्या त्या पुस्तकांची अधूनमधून साथसंगत हवीशी वाटते.

कॉलेजमधे असताना मी आमच्या कॉलनीतल्या गणेशोत्सवात करण्यासाठी एक एकांकिका लिहिली. मला त्यात प्रमुख भूमिका करायची होती. मीच ती बसवली. (बबन प्रभू-आत्माराम भेंडे या लेखक-दिग्दर्शकांच्या फार्सेसचा त्यावेळी माझ्यावर खूप प्रभाव होता.) कॉलनीतल्या गणेशोत्सवातल्या उत्सवी वातावरणात काही सादर केलं की, नेहमीच उत्तेजन मिळे. कौतुक होत असे. तसं ते झालं. एकांकिकेविषयी खूप स्तुतीपर बोललं गेलं. बक्षिसं वगैरे मिळाली.

काही दिवस गेले. अचानक माझ्या डोक्यात आलं, ही एकांकिका छापली जायला हवी. त्या लिखाणाच्या फायलीचं पुस्तक झालेलं पाहायला मी अगदी आतुर झालो. बाबांकडेही मी विषय काढला. म्हटलं, "बाबा, ह्या एकांकिकेचं पुस्तक यायला हवं." पण पुस्तक छापायचं म्हणजे नेमकं काय करायचं, हे काहीच ठाऊक नव्हतं. मलाही आणि बाबांनाही. लेखिका कुमुदिनी रांगणेकर या आधीच्या प्रभावळकर. बाबांची (चुलत चुलत) बहीण. बाबा त्यांच्याकडे जाऊन आले. त्यांनी काही ओळखीच्या प्रकाशकांची नावं दिली.

त्यानंतर बाबा रोज ऑफीस सुटल्यावर गोदरेज कंपनीच्या त्यांच्या लालबाग ब्रँचहून गिरगावात जायचे. माझ्या एकांकिकेच्या हस्तलिखिताची फाईल घेऊन प्रकाशकांच्या बुकस्टॉल्समधून फिरायचे.

मला आठवतं, त्या दिवशी मुसळधार पाऊस होता. बाबांना घरी यायला

स्टुडिओतला फोटो – त्यावेळच्या प्रथेप्रमाणे!

उशीर झाला. रात्र पडली, तरी बाबा आले नव्हते. आम्ही काळजीत पडलो. आई मला विचारत राहिली, ''कुठे जाणार, काही बोलले होते का?'' मला माहीत होतं, पण मी बोललो नाही. खूप उशिरा बाबा आले. भिजले होते. आम्ही बघत राहिलो. मग भिजलेला टाय, बूटमोजे काढता काढता हसू दाबत, खुशीत म्हणाले, ''दिलीपची एकांकिका छापतायत. गिरगावात रामकृष्ण बुक डेपोचे वि.र.बाम म्हणून आहेत. ते 'छापतो' म्हणाले. थोड्या दिवसांत छापून येणार आहे.''

हे ऐकून त्यादिवशी मला झालेला आनंद मला अजून स्मरतो. मला बाबांना मिठीच मारावीशी वाटली.

काही दिवसांनी माझ्या त्या पहिल्यावहिल्या लेखनाच्या लेखक-प्रती घरी आल्या. मला तर डोक्यावर घेऊन नाचावंसं वाटलं. पण नाही नाचलो. पुस्तिकांच्या प्रती हातात घेऊन कौतुकानं निरखणाऱ्या बाबांकडे बघत राहिलो.

...त्यानंतर अनेक वर्षांनी माझं 'गुगली' हे पुस्तक दिलीप माजगावकरांच्या 'राजहंस' प्रकाशननं काढलं. त्या देखण्या पुस्तकाच्या मुखपृष्ठावर सुभाष अवचटांचं झकास चित्र. मागच्या बाजूला कव्हरवर सुनील गावसकर आणि संदीप पाटील यांच्या स्तुतीपर प्रतिक्रिया. मुखपृष्ठ आणि आतलं एक पान उलगडल्यावर एकच शब्द दिसतो - 'बाबांना'.

मी मुंबईला होतो. बाबांच्या (पुण्याच्या) घरी माजगावकरांनी त्यांच्यासाठी एक प्रत पाठवली. मी पुस्तक त्यांना अर्पण केलं आहे, हे त्यांना माहीत नव्हतं. आम्ही मुंबईहून त्यांना फोन केला. माझा मुलगा त्यांना म्हणाला, "आजोबा, पुस्तक असं समोर धरा." बाबांचं मोतीबिंदूचं ऑपरेशन झालं होतं. ते आजारीही होते. "आता उघडा-" तो सांगू लागला, "पुढचं आणखी एक पान उलटा. उलटलंत? हां, आता वाचा." बाबांनी वाचलं असणार. आम्हाला फोनवर कळलं नाही. त्यांची प्रतिक्रियाही नाही.

...त्या सुरुवातीच्या काळात बाबांमुळे माझ्या बाबतीत खूप काही झालं. मला घडवणारे, अनेक गोष्टींची सुरुवात करून देणारे, शक्यता दाखवणारे - ते पहिले.

कॉलनीत नाटकं करत होतो, तेव्हा माझी घरी चाललेली तयारी ते बघायचे. विरोध त्यांनी नाहीच केला. उलट ते उत्तेजनपरच बोलायचे. (पुढेही त्यांनी माझी नाटकं पाहिली. वेगवेगळ्या माध्यमातल्या भूमिका पाहिल्या. पण मला आठवतं आहे त्याप्रमाणे त्यांनी कधी दोष दाखवले नाहीत किंवा क्रिटिकल कॉमेंट्सही केल्या नाहीत. त्यांनी सूचना केल्या असत्या, तर मला आवडलं असतं. पण नाही केल्या. त्यांना एकूण कौतुक असायचं.) प्रत्यक्षपणे त्यांनी कधी माझ्या नाटक करण्याला हातभार लावल्याचं आठवत नाही. (आई मात्र कॉलनीतल्या माझ्या नाटिकेच्या – तालमींसाठी लागायच्या म्हणून – तिच्या हस्ताक्षरात प्रती काढायची.)

मात्र याला अपवाद म्हणून बाबांची एक जुनी आठवण आहे. एकदा गणेशोत्सवात दिवाकरांची एक नाट्यछटा माझी मीच बसवली. कॉलनीतल्या सार्वजनिक हॉलमधे कार्यक्रम सुरू झाले. बाहेर मुसळधार पाऊस होता, त्यामुळे उत्सवासाठी बांधलेल्या मांडवाचा आणि स्टेजचा उपयोग नव्हता. सगळे प्रेक्षक हॉलमधे आले. हॉल पूर्ण भरला. मी खूप नर्व्हस झालो होतो. काही जमणारच नाही, आठवणारच नाही, असं वाटत होतं. मी बाबांना हळूच तसं बोललोही. त्यांनी काय केलं, नाट्यछटेचं पुस्तक घेतलं आणि प्रॉम्प्टिंगला उभे राहिले. हॉलमधे स्टेज, विंग्ज, पडदे वगैरे काहीच नव्हतं. नुसता जाजम घातलेला उघडावाघडा प्लॅटफॉर्म. बाबा माझ्यापासून दहा फुटांवर एका बाजूला उभे राहून प्रॉम्प्टिंग करू लागले. प्रेक्षकांसमोरच. त्यांना लपायला जागाच नव्हती. बऱ्याच जणांना वाटलं, मी आणि बाबा मिळून नाटक करतोय. एक पात्र वाचणारं आहे आणि (लहान मुलाचं पात्र) बोलणारं! नाट्यछटा कशी झाली आता आठवत नाही, पण मला सावरायला बाबांनी केलेली मदत लख्ख आठवते.

माझं सायन्सचं डबल ग्रॅज्युएशन वगैरे पूर्ण झाल्यावर मी एका फार्मास्युटिकल कंपनीत नोकरीला लागलो. नोकरी सांभाळून हौशी रंगभूमीवरची नाटकं (मतकरींच्या संस्थेत)चालू होती. शिवाय आमच्या कॉलनीच्या उत्सवातली नाटकं, टीव्हीवरच्या 'गजरा' कार्यक्रमातला सहभाग, स्वत: लिहून त्यात अभिनय करणं - असं सगळं चालू होतं.

एकदा मी कामावरून परस्पर राज्य नाट्यस्पर्धेतल्या एका नाटकाची तालीम करायला जाऊन, ती आटपून घरी आलो होतो. आडवा पडून स्क्रिप्ट चाळत होतो. बाबा येऊन जवळ बसले. माझं काय काय चाललंय, याची चौकशी केली. आमचं काही वेळ बोलणं झालं. मग सहज बोलल्यासारखं मला बाबा म्हणाले, "तुला हवं तर अभिनयात करीअर कर ना.... हे प्रोफेशन करायला काय हरकत आहे?" मी उठून बसलो. त्यांच्याकडे बघत राहिलो. उसळून "नाही हो, बाबा. काहीतरीच काय बोलता! हे हौस म्हणूनच ठीक आहे. इतकं उत्पन्न नसतं हो अभिनयात. शिवाय बेभरवशाचं किती." वगैरे त्यांना ऐकवलं. तेव्हा टीव्ही प्रायोजित मालिकांचं एवढं प्रस्थही नव्हतं. माझ्या आरग्युमेंटला पुष्टी द्यायला "मग एवढं एम.एससी. डिग्री आणि रेडिएशन टेक.चा डिप्लोमा करून फायदा काय? एवढा जॉब आहे चांगला, तो सोडून द्यायचा?" असंही बोललो. ते काही बोलले नाहीत. ...पुढे अनेक वर्षांनी - नेमकं सांगायचं तर, 'हसवाफसवी' या माझ्या नाटकाला अपेक्षेबाहेर यश मिळाल्यानंतर-मी खरंच प्रोफेशनल ॲक्टर झालो. माझ्या इतक्या वर्षांच्या छंदाचा व्यवसाय झाला. तेव्हा, ही करिअर सुरू केलेली बघायला बाबा नव्हते. त्यांनी ते नाटकही बघितलं नाही. पण एक स्वच्छ आठवतं : 'हसवाफसवी'तल्या माझ्या सहा भूमिकांच्या मेकअपची माझ्या घरी ट्रायल चालली होती. बाबा दुसऱ्या खोलीत (त्यांच्या शेवटच्या आजारात) अंथरुणाला खिळलेले होते. मी एक एक भूमिकेचा मेकअप करून त्यांना दाखवायला त्यांच्या पुढ्यात जाऊन उभा राहत होतो. ते बोलू शकत नव्हते, पण एकटक बघत राहून क्षीण हसून दाद देत होते. सहाही कॅरेक्टर्स - मेकअप करून - त्यांना मी दाखवली. पण प्रत्यक्ष प्रयोग त्यांनी नाही बघितला. नाटक सुरू व्हायच्या आधीच ते गेले.

मला आता वाटतं, त्यांना त्यावेळी पुढचं दिसलं होतं. माझा कल त्यांनी ओळखला होता. त्यांची भविष्यवाणी खरी ठरली. खूप उशिरा मी पूर्ण वेळ अभिनेता (आणि पार्टटाईम लेखक) झालो.

आत्माराम भेंडे

मी रुइया कॉलेजात असतानाची गोष्ट. बोर्डावर एक नोटीस लागली होती. मुलं-मुली जाता येता बघत होती, वाचत होती. मीही ती वाचली. 'रुइया'तर्फे इंटर कॉलेजिएट एकांकिका स्पर्धेसाठी एंट्री द्यायची होती. कलाकारांचं सिलेक्शन होतं. मला नाव द्यायची खूप इच्छा झाली. सोसायटीमधल्या गणेशोत्सवातल्या उत्तेजनावर पोसलेला अभिनय इथे कॉलेजविश्वात पारखून घ्यायची सुरसुरी आली!

प्रा. सरोजिनी वैद्य आणि संस्कृतचे महाशब्दे सर कॉलेजच्या मराठी नाट्यविभागाच्या ॲक्टिवीटीज बघत होते. सिलेक्शनसाठी सुप्रसिद्ध नट - दिग्दर्शक आत्माराम भेंडे येणार, असं कळलं. मी नाव दिलं.

सिलेक्शनची तारीख लागली होती, त्याच्या आदल्या दिवशी घरी माझा पाय मुरगळला. सूज आली. चालताच येईना. कॉलेजमधे जाता येत नव्हतं, यापेक्षा एकांकिकेसाठी होणार असलेल्या सिलेक्शनला जाता येणार नाही, याचं वाईट वाटत होतं. मी अस्वस्थ झालो आणि डेस्परेटली एका कागदावर थेट आत्माराम भेंडेंना पत्र लिहिलं! अगाऊपणाच होता तो. 'माझा पाय मुरगळला आहे. जमिनीवर टेकताच येत नाही. चालणे, जिना उतरणे, बसने कॉलेजला येणे हे शक्य होणार

नाही. त्यामुळे उद्याच्या सिलेक्शनला येऊ शकेन, असे वाटत नाही. निवड झाली, तर आपल्या दिग्दर्शनाखाली काम करायची फार इच्छा आहे. सिलेक्शन दोन-तीन दिवसांनंतर करणे शक्य होईल का?'

'सीमेवरून परत जा' या प्रोफेशनल नाटकाची तालीम चर्नीरोड स्टेशनजवळच्या एका हॉलमधे चालू आहे आणि ते नाटक भेंडे दिग्दर्शित करत आहेत, ही बातमी मला समजली. मी माझ्या मामाच्या हाती ते पत्र दिलं. माझा रडकुंडीला आलेला चेहरा बघून विजयमामाही आपली कामं बाजूला टाकून पत्र द्यायला निघाला. चर्नीरोड स्टेशनसमोरच्या एका छोट्या हॉलमधे नाटकाच्या तालमीत असलेल्या भेंड्यांना त्यानं पत्र दिलं. रुइया कॉलेजमधल्या एका मुलाचं पत्र! भेंडे पत्र वाचून म्हणाले, "ठीक आहे. या मुलाची फार इच्छा दिसते आहे. मी सिलेक्शन पुढे ढकलायला सांगतो." काही दिवसांनी मग हे सिलेक्शन झालं. एका वर्गात बरीच मुलंमुली जमली होती. एकेकाला आत्माराम भेंडेंनी, त्यांनी दिलेल्या पुस्तकातून खुणा केलेले संवाद वाचायला सांगितले. कसून चाचणी झाली. बराच वेळ चालली.

दुसऱ्या दिवशी महाशब्दे सरांकडून कळलं, भेंड्यांनी माझी निवड केली होती. 'जनावर' नावाची दोनच पात्रांची एकांकिका करायची होती. दोन्ही पुरुष पात्रं. एडवर्ड अल्बी यांच्या 'द झू स्टोरी'चा शं.ना.नवरे यांनी केलेला मराठी अनुवाद.

युनिव्हर्सिटी क्लब हाऊसमधे ही स्पर्धा झाली. खूप एंट्रीज होत्या आणि हुल्लड करणाऱ्या, दुसऱ्या कॉलेजची एकांकिका पाडायला जमलेल्या गर्दीचा गोंगाट होता. आमची 'जनावर' एकांकिका अत्यंत गंभीर. माझा सहकलाकार असलेल्या नटाच्या चेहऱ्यावरचा ताण, नर्व्हसनेस दिसत होता. माझा दिसत नव्हता. (फक्त आमच्याबरोबर आलेल्या प्रा. सरोजिनी वैद्य आम्हाला धीर देत होत्या!)

एकांकिका यशस्वीपणे पार पडली. वाखाणली गेली. मला अभिनयाचं पारितोषिक मिळालं......डोक्यात तिथेच अभिनयाचा किडा शिरला. आत्मविश्वास मिळाला.

....आत्माराम भेडेंमुळे हे होऊ शकलं.

त्यानंतर मग बऱ्याच वर्षांनी त्यांच्या दिग्दर्शनाखाली, त्यांच्यासोबत काम करण्याचा अनुभव मिळाला. बबन प्रभूंच्या 'झोपी गेलेला जागा झाला' आणि 'दिनूच्या सासूबाई राधाबाई' या (मॉडर्न) फार्सेसबरोबरचाच आणखी एक भन्नाट

'पळा पळा कोण पुढे पळे तो' या गाजलेल्या फार्समध्ये
आत्माराम भेंडे आणि भक्ती बर्वे यांच्यासमवेत

आणि खूप लोकप्रिय फार्स म्हणजे 'पळा पळा कोण पुढे पळे तो'. हा पुन्हा स्टेजवर आणायचं ठरलं. भेंड्यांनी बबन प्रभू करत होते त्या प्रमुख भूमिकेसाठी (बन्सीधर) मला निवडलं. नायिका (प्रमोदिनी) भक्ती बर्वे. भक्ती, भेंडे, प्रायोगिक रंगभूमीवरचे दिग्गज माधव वाटवे अशा दादा लोकांबरोबर त्या फार्सच्या प्रयोगांची मजा अनुभवायला मिळाली. भेंडे 'गागाचार्य' ही त्यातली व्यक्तिरेखा फार छान करायचे. मी स्टेजवरही (काही क्षण प्रेक्षक बनून) एंजॉय करायचो. दीडशे हाऊसफुल शोज झाले. मग नाटक सादर करणाऱ्या संस्थेच्या नावावरून काहीतरी वाद झाला, विकोपाला गेला आणि नाटक बंद पडलं.

त्यानंतर मग बापू (आत्माराम) भेंडेंनी मला अनपेक्षितपणे आणखी एक अनुभव दिला. इंग्लिश थिएटरचा!

जाहिरातक्षेत्रात मोठं नाव असलेल्या सिल्वेस्टर डिकुन्हा यांचा 'आय लव्ह बाँबे' नावाचा इंग्लिश 'रेव्ह्यू' होता. लेखक, निर्माते, दिग्दर्शक तेच. वेगवेगळी स्वतंत्र, विनोदी स्किट्स, नाच, गाणी असा सगळा करमणूकप्रधान खेळ. नाटकाचा वेगळाच प्रकार, ऑडियन्स मराठीपेक्षा अगदी वेगळा, थिएटर्स वेगळी आणि तिकिटांचे दर जवळपास चौपट. बापू भेंडे या डिकुन्हाच्या

इंग्लिश 'रेव्हू' प्रकारच्या नाटकात चार-पाच वेगवेगळे गमतीचे रोल्स करत होते. त्यावर्षी ते नाट्यसंमेलनाचे अध्यक्ष होते. नाट्यसंमेलन नाशिकला होतं आणि नेमके त्याच दिवशी 'आय लव्ह बाँबे'चे प्रयोग होते. ते (हाऊसफुल) प्रयोग रद्द करणं शक्य नव्हतं. भेडेंनी त्यांचे रोल्स करण्यासाठी माझं नाव सुचवलं. भेंडेंचं रेकमेंडेशन सिल्वेस्टर डिकुन्हांनी लगेच मान्य केलं.

वेगळ्या प्रकारचा ऑडियन्स, अपरिचित वातावरण, सवय नसलेला नाट्यप्रकार आणि आपली नसलेली भाषा.. (म्हणजे प्रयोगात विचार मराठीत, संवाद इंग्रजीत!) पहिला प्रयोग जड गेला, पण मग रुळलो. तिथेच (अॅड गुरू) भरत दाभोळकरची ओळख झाली. त्यानं आपल्या 'लास्ट टँगो इन हेवन' या विडंबन नाटकात घेतलं. मी देवांचा राजा इंद्र होतो आणि बापू भेंडे भ्रष्टाचारांचा मेरुमणी असलेल्या एका मंत्र्याच्या प्रमुख भूमिकेत. या नाटकाचे पन्नास प्रयोग केले. (पन्नास म्हणजे खूप झाले. मराठीतले पाचशेच!)

त्यानंतर भरतनं केलेल्या पु.लं.च्या 'तुझे आहे तुजपाशी'च्या 'It's all yours janab' या भाषांतरित नाटकात मी श्यामचा रोल केला. प्रयोग हाँगकाँगला होता. (नटमंडळी मराठी, नाटक इंग्रजी, प्रेक्षक सिंधी!) बापू भेंडे नाटकात 'आचार्य' करायचे. विजू खोटे 'काकाजी'. उदय टिकेकर, नीना कुळकर्णी, विहंग नायक, किशोर प्रधान, स्वतः भरत - अशी सहकलाकार मंडळी.

भरत दाभोळकरचे
'लास्ट टँगो इन हेवन'

असे बापू भेंडे माझे 'सिलेक्टर', दिग्दर्शक, सहकलाकार आणि मार्गदर्शक होते. त्यांच्याबरोबर मी 'पळा पळा'-फार्सचे दौरे केले, इंग्लिश थिएटरचा अनुभव घेतला, 'इट्स ऑल युवर्स जनाब'चा तर माझा (पहिलाच) परदेशदौरा झाला.

पुढेही आमचा संपर्क राहिला.त्यांना फोन करत, भेटत राहिलो.

...शेवटी ते पुण्यामधल्या 'अथश्री' कॉंप्लेक्सजवळच्या 'आस्था' या 'ओल्ड एज होम'मधे होते. वॉशिंग्टनला असलेल्या त्यांच्या मुलीनं - पूर्णिमानं ही व्यवस्था केली होती. ती फोन करायची, शक्य असेल तेव्हा यायची. त्यांना भेटायला मी गेलो की, पाटी (स्लेट), खडू घेऊन जायचो. कारण त्यांना ऐकण्याचा खूपच प्रॉब्लेम झाला होता. बहिरेपण आलं होतं. दर वेळी ते हसतमुखानं आणि उत्साहानं स्वागत करायचे. जुन्या आठवणी जागवायला मी पाटीवर काही शब्द लिहायचो, साल लिहायचो. मग ते बोलू लागायचे. काही खाणं नेलं की, चवीनं खायचे. तिथे सगळी व्यवस्था किती उत्तम आहे, ते सांगायचे. काही कुरकुर नाही, तक्रार नाही.

२०१५ साली (वयाच्या ९३व्या वर्षी) ते गेले. जाण्यापूर्वी काही महिने आधी त्यांना 'झी टॉकीज'नं 'लाईफ टाइम अचीवमेंट ॲवॉर्ड' - तिथेच, 'आस्था' या निवासस्थानी जाऊन दिलं होतं. व्हीलचेअरवर बसलेल्या बापू भेंडेंनी ते हसतमुखानं, आनंदानं स्वीकारलं... तिथे त्यावेळी हजर असलेल्यांत मीही होतो.

●

पु.ल.

पु.लं.च्या जन्मशताब्दीच्या वर्षात त्यांच्याबद्दल इतकं बोललं, लिहिलं गेलं आहे की, आणखी नवीन काय लिहायचं, असा प्रश्न पडू शकतो. पण व्यक्तिगत अनुभव सांगायचे म्हटल्यावर ते तसे माझ्यासाठी फार महत्त्वाचे, दिशादर्शक आणि 'युनिक' आहेत.

कुसुमाग्रजांनी पु.लं.ना 'समाजाच्या समग्र संस्कृतीलाच व्यापून उरणारा विरळा प्रतिभावंत' म्हटलं होतं. या प्रतिभावंताच्या कर्तृत्वाचा आमच्यासारख्या कलाप्रेमी, काही करू पाहण्याची ऊर्मी असणाऱ्या मंडळींवर परिणाम झालाच. माझ्यावर शाळकरी असल्यापासून झाला. मी विद्यार्थीदशेत त्यांचा नुसता चाहता नव्हतो. व्यक्तिपूजा, भक्तीच करणारा होतो.

पु.लं.चं साहित्य प्रथम कधी वाचलं ते आठवत नाही. म्हणजे नेमकं कुठल्या वर्षी, ते स्मरत नाही. पण शाळेत होतो. विनोद कळला, असं वाटू लागलं आणि हसायला भक्कम कारण मिळालं, ते पु.लं.च्या पुस्तकांमधून, पुस्तकांमुळे. त्याआधी आमचे हास्यविनोदांचे, हसण्याचे विषय वेगळे होते. वर्गमित्रांबरोबर चिडवाचिडवी, स्वभावातल्या लकबीमधल्या व्यंगांवरून केलेली टिंगल, शिक्षकांच्या नकला, वर्गात-शाळेत सतत घडणाऱ्या गमती यातून

हसायला, विनोदाची देवाणघेवाण करायला निमित्त मिळत असे. पण छापील शब्दांमुळे, पुस्तक वाचून हसायला लावलं, एकट्यालासुद्धा हसता येतं हे शिकवलं ते पु.लं.नी. अलगद बोट धरून विनोदाच्या नगरीत ते घेऊन गेले आणि आनंदाचा खजिनाच गवसल्यासारखं झालं!

'किर्लोस्कर'च्या एका अंकात त्यांचा लेख वाचल्याचं आठवतं. मग शोधत गेलो, त्यांचं कुठं काय छापून येतं ते. मिळेल ते अधाशासारखं वाचत गेलो. खूप आवडीनं त्यांची पुस्तकं, त्यांचे लेख, त्यांची भाषणं वाचली. 'बटाट्याची चाळ', 'नसती उठाठेव', 'खोगीरभरती', 'व्यक्ती आणि वल्ली', 'गोळाबेरीज' या पुस्तकांची तर पारायणं झाली. त्यातले अनेक लेख त्यावेळी जवळ जवळ पाठ झाले होते. आजही वाटतं, मराठीत 'बटाट्याची चाळ' इतकं अप्रतिम गद्य विडंबन मी दुसरं वाचलेलं नाही. ते सगळंच विडंबन त्यावेळी कळायचं असं नाही. पण लेखनातली शैली, व्यक्तिरेखेतलं - घटनेतलं व्यंग टिपण्याचं पु.लं.चं कौशल्य ह्यामुळे विनोदाकडे पाहण्याची एक दृष्टी मिळाली. किंबहुना विनोद शोधण्याची वृत्ती मिळाली, असं म्हटलं तरी चालेल.

पुढे मग परफॉर्मर म्हणून पु.लं.चे 'बटाट्याची चाळ', वाऱ्यावरची वरात' सारखे कार्यक्रम अतिशय आवडीनं पाहिले. प्रत्येक वेळी भारावून जायला कारणच मिळायचं. ते सगळं स्फूर्ती देणारं, प्रभावित करणारं होतं. 'बटाट्याची चाळ' या एकपात्री (पु.लं. 'बहुरूपी' म्हणत) कार्यक्रमानं तर इतिहास घडवला. तिकीटविक्री सुरू झाली रे झाली की, तासादोनतासातच हाऊसफुल होणारे प्रयोग! तिकिटाला प्रचंड रांगा! एखाद्या महत्त्वाच्या सोहळ्याला उत्साहानं, आतुरतेनं आणि आनंदानं जावं, तसा हा प्रेक्षकवर्ग पु.लं.च्या ह्या हास्यसोहळ्याला आलेला असे. ह्या बहुरूपी प्रयोगात सारं काही चकित करणारं आगळं, चैतन्यमयी आणि आनंददायी असे. पुन:पुन्हा मी पु.लं.चा हा 'बटाट्याची चाळ' बहुरूपी शो पाहिला. मनमुराद हसलो. मला तो चमत्कारच वाटला! मला त्यावेळी 'बटाट्याची चाळ'नं (विशेषत: त्यातल्या 'भ्रमण मंडळ' या भागानं) इतकं भारून टाकलं होतं की आपण असं काहीतरी करायला पाहिजे, असं वाटण्याबरोबरच हेच करायला पाहिजे असं वाटलं. 'भ्रमण मंडळ'नं मनाचा ताबाच घेतला.

मग तो पाऊण एक तासाचा भाग पाठ केला. घरी एकट्यानं (पु.लं.चा परफॉर्मन्स आठवत) तालमी सुरू केल्या. खोलीची दारं बंद करून, कधी खुर्ची

वापरून, कधी उभ्याने, तर कधी आरशासमोर. मग तो 'भ्रमण मंडळ' बहुरूपी कार्यक्रम मी गणेशोत्सवात सादर केला. आमच्या सोसायटीच्या उत्सवी आणि उत्साही वातावरणात तो (फारच) यशस्वी ठरला. मला खूप समाधान मिळालं. स्फुरण चढलं.

पु.लं.चा 'बटाट्याची चाळ' हा बहुरूपी कार्यक्रम मराठी रंगभूमीवरचा 'मैलाचा दगड' ठरला. पु.लं.ना कीर्ती मिळाली, प्रचंड यश मिळालं... आणि माझ्या मर्यादित जगात मलाही या 'बटाट्याची चाळ'च्या परफॉर्मन्सनं प्रचंड आत्मविश्वास दिला - ज्याचा मला पुढे उपयोग झाला.

पु.लं.ना प्रत्यक्ष भेटायला प्रथमच गेलो, ते अजून आठवतं.

एकदा घरी बाबांकडे त्यांचे कुडाळकर नावाचे मित्र आले होते. त्यांनी माझा 'संग्रह' पाहिला. त्या संग्रहात पु.लं.विषयी आलेल्या बातम्यांची वर्तमानपत्रातली कात्रणं, त्यांची भाषणं, फोटो, त्यांनी संगीत दिलेल्या गीतांची यादी सगळं पाहून ते चकित झाले. मग मी पु.लं.ची पुस्तकं दाखवली. तोपर्यंत प्रकाशित झालेली जवळ जवळ सगळी होती. "एवढा भक्त आहे हा पु.लं.चा?" त्यांनी आश्चर्यानं बाबांना विचारलं. बाबांनी मग त्यांना मी पुन्हा पुन्हा बघून आणि त्यापासून स्फूर्ती घेऊन केलेल्या 'बटाट्याची चाळ'बद्दलही सांगितलं. कुडाळकरकाका पु.लं.च्या मित्रपरिवारामधले होते. 'विलेपार्ले म्युझिक सर्कल'मधे त्यांची गाठभेट होत असे. "भेटायचं आहे का पु.लं.ना? मी घेऊन जातो तुला." म्हणाले. मला तर तेव्हा आकाश ठेंगणं झाल्यासारखं वाटलं.

पु.लं.चा प्रभाव

दोन-चार दिवसांनी मी देवदर्शनाला गेल्यासारखा पु.लं.ना भेटायला गेलो. पार्ल्याच्या छोट्या हॉलमध्ये श्री.ना. पेंडसे लिखित 'राजेमास्तर' नाटकाचा पु.लं.च्या हस्ते मुहूर्त होता. तिथे दिग्दर्शक रमाकांत देशपांडे होते आणि चंद्रकांत गोखले, सुमती गुप्ते, सुनीताबाई देशपांडे, श्रीकांत मोघे वगैरे नाटकात काम करणार असलेली मंडळी हजर होती. मी फक्त पु.लं.कडे बघत राहिलो होतो. रंगमंच आणि चित्रपटाच्या पडद्याबाहेरचं त्यावेळेच्या माझ्या दैवताचं ते प्रथम दर्शन होतं. त्यांच्या भूमिका, परफॉर्मन्सेस त्यावेळी आठवले नाहीत. पण त्यांच्या साहित्यातले उतारेच्या उतारे- विनोद, संवाद, वाक्यं हे सारं डोक्यात पिंगा घालत राहिलं. परफॉर्मर पु.लं.पेक्षा लेखक पु.लं.ना बघत राहिल्याचं पक्कं आठवतंय. नंतर वाचलेल्या 'सखाराम गटणे'च्या गडद छटा मला त्यावेळच्या माझ्यात दिसल्या! फक्त मी गटणेसारखा 'छापील' बोलत नव्हतो. खरं म्हणजे काहीच बोलत नव्हतो. नुसता बघत राहिलो होतो. कुडाळकरकाकांनी ओळख करून दिली. हॉलमध्ये खूप गडबड होती, त्यामुळे त्यांनी पु.लं.ना माझ्याबद्दल काय सांगितलं ते मला ऐकू आलं नाही. पण त्यांनी माझ्याकडे निरखून पाहिलं. मी नमस्कार करून 'निघतो' म्हटल्यावर माझे हात हातात घेऊन 'भेटूया हं' अस पु.लं. म्हणाले. भेट संपली. त्यानंतर त्यांना बऱ्याच वर्षांनंतर भेटलो. बऱ्याचदा भेटलो.

नॅशनल सेंटर फॉर परफॉर्मिंग आर्ट्स (एन. सी. पी. ए.) तर्फे होणार असलेल्या मोजक्या प्रयोगांच्या पु.लं.च्या नव्या नाटकासाठी वामन केंद्रे मला भेटायला आला, तेव्हा माझं 'वासूची सासू' नाटक चालू होतं. मला वाटलं, ते नाटक पाहूनच एखाद्या विनोदी नाटकासाठी तो मला विचारायला आला आहे. पण नाही, हे रूपांतरित नाटक पु.लं.चं असूनही अत्यंत गंभीर होतं. नैतिक संघर्षाचं, प्रेक्षकांना चक्रावून टाकू शकेल असं. आशय, संवाद, व्यक्तिरेखा आणि रचना या सगळ्याच दृष्टीनं मोठ्या ताकदीचं, आशयघन नाटक होतं 'एक झुंज वाऱ्याशी'.

वामन केंद्रेच्याच सांगण्यावरून त्यावेळी एनसीपीएचे डायरेक्टर असलेल्या पु.लं.नी अवघ्या चार-पाच दिवसांत एनसीपीएच्याच 'रंगभूमी विकास प्रकल्पा'साठी हे नाटक लिहिलं. त्यावेळी माझ्यावर असलेला 'चिमणराव'चा किंवा त्याच प्रकारच्या स्वभाववैशिष्ट्यांच्या छटा असलेल्या भूमिकांचा ठसा पुसायला, 'कॉमेडी ॲक्टर'चं लेबल नाकारायला मला या नाटकातल्या भूमिकेचा खूप उपयोग झाला. दिग्दर्शक वामन केंद्रे होता. पु.लं.

'एक झुंज वाऱ्याशी'... पहिल्या प्रयोगाचं दडपण

कधी कधी तालमींना येऊन बसायचे. मार्गदर्शन करायचे. नाटककाराचा शब्द नाटकात महत्त्वाचा असतो - हे पुन्हा एकदा, नव्यानं कळलं. प्रत्येक प्रयोग म्हणजे, बाकी कसोट्यांबरोबरच - वाचिक अभिनयाचा 'एक्सरसाईज' होता.

या नाटकाच्या पहिल्या प्रयोगाची एक हृद्य आठवण आहे. गंभीर विषय समर्थपणे हाताळणारा एक सिद्धहस्त नाटककार आम्हाला या नाटकात दिसला होताच, पण या नाटककाराचं आणखी एक रूप आम्ही पाहिलं ते अस्वस्थ, काहीशा अँक्शस नाटककाराचं. एन.सी.पी.ए. प्रायोगिक रंगमंचावरील पहिल्या प्रयोगापूर्वी विंगेमध्ये लगबग करत, एक्साईट होऊन आत बाहेर करणारे पु.ल. आम्ही पाहिले. आमच्यावर नट म्हणून नाटकाचं दडपण होतंच. नाटककार म्हणून त्यांच्यावरही तसंच दडपण असल्याचं आम्ही पाहिलं.

प्रयोग संपल्यावर स्टँडिंग ओव्हेशन चालू असताना ज्येष्ठ समीक्षक माधव मनोहर आत आले आणि पु.लं.ना हाताला धरून ओढत रंगमंचावर घेऊन गेले. "हे नाटक (आधी ठरल्याप्रमाणे) फक्त पाचच प्रयोग करून न थांबता जास्त प्रयोग करू." असं त्यांनी प्रेक्षकांसमोर पु.लं.ना, टाळ्यांच्या गजरात

कबूल करायला लावलं.

एन.सी.पी.ए.मधल्या पु.लं.च्या केबीनमध्ये त्यांच्याच नाटकातल्या 'एक झुंज वाऱ्याशी' मधल्या या भूमिकेसाठी मला मिळालेलं सर्वोत्कृष्ट अभिनेत्याचं पारितोषिक त्यांना दाखवायला गेल्याची एक आठवण आहे. (विद्यार्थीदशेमधे त्यांच्याबद्दल वाटणारा 'भाबडा भक्तिभाव' आता राहिला नव्हता, पण तरीही-) त्यांनी उठून दिलेल्या शाबासकीमधे सगळं भरून पावलं होतं! 'राष्ट्रीय पुरस्कारा'पेक्षाही ती मोलाची वाटते- अजूनही.

मोहन वाघ या मोठ्या निर्मात्याच्या 'चंद्रलेखा' संस्थेतर्फे 'बटाट्याची चाळ' पुन्हा रंगमंचावर आणायचं ठरलं. पण बदललेल्या स्वरूपात. दिग्दर्शक चंद्रकांत कुलकर्णी. मला त्यात प्रमुख भूमिका करायला बोलावलं. पु.लं. एकपात्री करायचे. आता पुनरुज्जीवनात ते नाटकाच्या स्वरूपात सादर करायचं होतं. 'बटाट्याची चाळ'मधे पु.लं. स्वत: गायचे. इथे वेगळं संगीत, वेगळ्या चाली, गाणारे नट, चाळकऱ्यांच्या भूमिका, सुसंगत नेपथ्य वगैरे ठरलं होतं. काही भाग मी एकट्यानं करायचा होता. पु.लं.चा 'बटाट्याची चाळ' चा प्रयोग हा माझ्या आठवणीतला, मनात श्रद्धेनं जपलेला ठेवा होता. त्यात आता स्वत: नट म्हणून घुसखोरी करायला मी राजी नव्हतो. पण निर्माता-दिग्दर्शकांनी हरप्रयत्ने ते माझ्या गळी उतरवलंच. आजच्या प्रेक्षकांसाठी ही अजरामर साहित्यकृती त्यातल्या व्यक्तिरेखा नाट्यरूपानं सादर करणं हे एक आव्हान होतं.

...ज्यांची 'बटाट्याची चाळ' पाहून विविध भूमिका करून पाहण्याची (नकळत) प्रेरणा मिळाली त्या - आपल्यावर प्रचंड प्रभाव असलेल्या व्यक्तिमत्त्वाची- तीच कलाकृती नाट्यरूपात चाळीस वर्षांनी त्यांच्याच जागी उभं राहून सादर करण्याचा योग आला!

पु.लं. आणि सुनीताबाई रहात असलेल्या 'मालती माधव' सोसायटीतल्या त्यांच्या घरी काही निमित्तानं कधी कधी जाणं व्हायचं. बरेच दिवस / महिने जाणं झालं नाही, तरी पु.लं.च्या वाढत्या आजाराविषयी बातम्या कानावर पडायच्या. एकदा खूप दिवसांनी मी मधू गानूंबरोबर त्यांच्या घरी गेलो. पु.लं. बर्म्युडा आणि अर्ध्या बाह्यांचा सदरा घालून वॉकरच्या साहाय्यानं चालण्याचा प्रयत्न करत होते. बोलण्याची 'प्रॉम्प्टिंग' करतात, तसं सुनीताबाई त्यांना चालण्याची प्रॉम्प्टिंग करत होत्या- "भाई- आता डावा पाय टाक... टाक टाक" पु.लं. खूप कसोशीनं प्रयत्न करत होते. ती 'स्ट्रगल' संपूर्ण शरीराच्या हालचालीतून

दिसत होती. त्यांच्या ओढलेल्या चेहऱ्यातून आजारपण जाणवत होतं, पण चेहऱ्यावर हसू होतं.

... मी पुन्हा गेलो नाही. माझ्या विद्यार्थीदशेपासून गेली अनेक तपं वेगवेगळ्या रूपात भेटलेल्या पु.लं.ना आता या अवस्थेत बघायची माझी तयारी नव्हती.

...पु.लं. आयुष्यात आले नसते, तर आयुष्य फारचं अपुरं राहिलं असतं.

रत्नाकर मतकरी

'रंगायन'च्या आमच्या 'लोभ नसावा ही विनंती' नाटकाचा दिल्लीतला प्रयोग नुकताच संपला होता. मेकअप काढून आणि कपडे बदलून-नाटकातला, सैनिकी छावणीतल्या हॉस्पिटलचा सेट काढायला थोडा वेळ होता म्हणून- स्टेजवरच्या कॉट्सवरच आम्ही पहुडलो होतो. नाटकात 'कर्नल'ची भूमिका करणाऱ्या मधुकर नाईकनं मला विचारलं, "मतकरींच्या बालनाट्यात काम करायला आवडेल का रे? धमाल रिस्पॉन्स असतो. इंटरेस्ट असेल तर ये की." मी काहीही नवीन करून पहायला उत्सुक असायचो. त्याला 'येईन' म्हटलं.

मुंबईला परतल्यावर मला एके दिवशी रत्नाकर मतकरींचं बोलवणं आलं. मी गेलो, तेव्हा दादरच्या हिंदू कॉलनीमधल्या 'शिशुविहार' शाळेत त्यांच्या एका नव्या बालनाट्याच्या तालमी चालू होत्या. रत्नाकर मतकरींनी अगदी प्रेमानं स्वागत केलं. आणि सरळ तालमींनाच उभं केलं. ते मला जोखत होते. मी बालनाट्यातल्या अभिनयशैलीला.

पुढल्या दहा एक वर्षांत मी मतकरींच्या 'बालनाट्य' आणि 'सूत्रधार' या संस्थांची मुलांसाठी सहा आणि मोठ्यांसाठी सहा नाटकं, शिवाय पाच

एकांकिका केल्या. त्यातली प्रत्येक भूमिका वेगळी होती. न मागताच त्यांनी दिलेल्या आणि मी मनापासून केलेल्या या विविध व्यक्तिरेखा होत्या. स्वत:ला शोधण्याची प्रक्रिया, तसंच शक्तिस्थानं गवसण्याची सुरुवातही मतकरींकडेच झाली. अभिनेता म्हणून मला मी सापडत गेलो.

यातले काही रोल्स तर मला न शोभणारे होते. माझं त्या भूमिकेचं कास्टिंग मलाच सुरुवातीला न पटणारं असायचं, पण मतकरींचं 'कनव्हिक्शन' असे. त्यांना खात्री असे. माझा माझ्यावर होता, त्याहूनही जास्त विश्वास मतकरींचा माझ्या टॅलंटवर होता. मला ते आव्हान स्वीकारावंच लागायचं. भूमिका खूप आहेत, पण वानगीदाखल दोनच भूमिकांबद्दल सांगतो. एक 'चेटकी'ची, दुसरी 'आर्मी ऑफिसर'ची. दोन्ही माझ्या व्यक्तिमत्त्वाशी पूर्णत: विसंगत!

'रंगायन'मधे मला असे आव्हानात्मक रोल्स करायला मिळाले असते का? तसं वाटत नाही. एखादा रोल मिळूनही गेला असता. पण इतकी विविधता, इतका वाव नक्कीच नाही. कदाचित रंगभूमीवरच्या प्रवाहांची, 'एक्सपेरिमेंट्स'ची ओळख झाली असती. 'थिएटर'वर चर्चा करता आली असती. मी एका अग्रेसर प्रायोगिक नाट्यसंस्थेत काम करतो, असं अभिमानानं सांगताही आलं असतं. पण माझा प्रवास हा (सुरुवातीला) असा उलटा झाला. एका मोठ्या नाववाल्या प्रायोगिक संस्थेतून मी बालनाट्यं करायला आलो. रमलो, स्थिरावलो, नव्यानं सापडत गेलेल्या स्वत:तल्या टॅलंटला (मतकरींनी संधी दिल्यामुळे) जोपासत

संधी आणि आत्मविश्वास देणारा लेखक-दिग्दर्शक

राहिलो. तिथे केलेल्या नाटकांचे रत्नाकर मतकरी हे लेखक होते, दिग्दर्शक होते. तसेच ते निर्माते आणि संस्थाचालकही होते. त्यांच्या नाटकांतून त्यांनी अनेकांना घडवलं.

तर, स्वत:लाच चकित करणाऱ्या 'चेटकी'च्या रोलविषयी. 'अलबत्या गलबत्या' हे नाटक बसवलं जात होतं, ही एक परीकथा होती. त्यात राजा, राणी, राजकन्या, 'अलबत्या गलबत्या' नावाचा शूर आणि हुशार तरुण, गावातला विक्षिप्त खाणावळवाला, तीन महाकाय कुत्रे, दोन उंदीर आणि दुष्ट-कारस्थानी चेटकी अशी पात्रं होती. चेटकीचा रोल खलनायिकेचा, पण अतिशय वैशिष्ट्यपूर्ण होता. तो करायला संस्थेतली एक सीनियर, अनुभवी नटी उत्सुक होती. मतकरींनी अकल्पितपणे मला चेटकी करायला सांगितलं. (त्यावेळी पुरुष बायकांचे रोल्स आतासारखे सर्रास करत नसत.)

नाटक सुरू झालं. आणि स्टेजवर एंट्री घेतल्यापासूनच मुलांचा ताबा घेणारी, त्यांचा थरकाप उडवणारी चेटकी आकाराला आली. मुलं तिला घाबरत, तिच्या मूर्खपणाला किंवा फजितीला खो खो हसत. चेटकी हे नाटकाचं प्रमुख आकर्षण ठरलं! त्यावेळी ती खूप गाजली. ('एवढी उंच बाई चेटकीसाठी कुठे मिळाली?' असं मतकरींना विचारणाऱ्यांना, एक पुरुष ही भूमिका करतो - हे कळल्यावर भयंकर आश्चर्य वाटे.) समीक्षकांनी खास

'अलबत्या गलबत्या'मधली चेटकी. अनपेक्षित कास्टिंग!

दखल घेतलीच, (एका ज्येष्ठ समीक्षकांनी ब्रिटीश रंगभूमीवरच्या 'मॅक्बेथ' नाटकातल्या चेटकिणींची आठवण झाल्याचं लिहिलं होतं.) पण हा माझा चेटकीचा रोल 'नॅशनल सेंटर फॉर परफॉर्मिंग आर्ट्स'च्या अभिनयसंग्रहासाठी रेकॉर्ड करून ठेवला गेला. माझ्यामधे मतकरींना चेटकी कशी काय दिसली, हे मला बरीच वर्षं कोडं होतं. बालनाट्यातल्या चेटकीचं असं अनपेक्षित कास्टिंग, तर 'पोर्ट्रेट' या (मोठ्यांच्या) एकांकिकेचा वेगळाच विलक्षण अनुभव.

मतकरींची ही 'पोर्ट्रेट' एकांकिका आम्ही खुल्या एकांकिका स्पर्धेसाठी करायचं ठरवलं. अनेक नामांकित, अनुभवी हौशी आणि प्रायोगिक संस्थांनी त्यात भाग घेतला होता. 'पोर्ट्रेट'मधे दोनच पात्रं होती. एका प्रथितयश चित्रकारासमोर 'पोर्ट्रेट' काढून घ्यायला बसलेला आर्मी ऑफिसर होता. शांतपणे त्याचं पोर्ट्रेट काढणारा अंतर्मुख चित्रकार आणि सतत आत्मविश्वासानं, दर्पानं बोलणारा गणवेशातला बहिर्मुख ऑफिसर. ही संपूर्ण एकांकिका म्हणजे सैन्यात कर्नल असलेल्या अधिकाऱ्याचा जवळजवळ मोनोलॉगच होता. तो एकटाच बोलतो. चित्रकारासमोर आपल्या यशस्वी आयुष्याबद्दल, गुणांबद्दल, कर्तबगारीबद्दल सांगत राहतो. चित्रकार अबोल, अगदीच मितभाषी आहे. म्हणजे, 'हो, ठीक.', 'प्रकाशाकडे बघा', 'चेहरा डावीकडे', 'पुरे' असं जरुरीपुरतं - तेही तुटक बोलणारा. पण कुशल आणि हुशार आहे. समोर बसलेल्या व्यक्तीच्या आरपार बघून त्याचं खरंखुरं व्यक्तिमत्त्वच तो चित्रात रेखाटतो. कर्नलचं 'पराभूत' असणं तो अबोल चित्रकार कॅनव्हासवरच्या पोर्ट्रेटमधून सांगतो! एकांकिकेतल्या कथेला आणखी एक पदर आहे. कर्नलची पत्नी त्या सर्जनशील चित्रकाराच्या प्रतिभेवर भाळली होती. तो तिचा प्रियकर होता. कर्नलला याचा सुगावा लागला आहे. वैवाहिक जीवनात तो हरलेला आहे. तरी ते अपयश झाकून मोठा आव आणून बोलतो आहे.

...अखेरीस पूर्ण झालेलं आपलं चित्र पाहून कर्नलला धक्का बसतो. आपल्या बढाया, आत्मविश्वासपूर्ण कथन केलेलं कर्तृत्व, उभी केलेली विजयी माणसाची प्रतिमा याच्या पलीकडे जाऊन चित्रकारानं एका हरलेल्या, केविलवाण्या माणसाचे भाव पोर्ट्रेटमधल्या चेहऱ्यावर दाखवले आहेत. त्याला हे सहन होत नाही. तो संतापानं रिव्हॉल्वर काढून कॅनव्हासवरच्या आपल्या त्या पोर्ट्रेटवर झाडतो. आपली कलाकृती, क्रिएशन वाचवायला चित्रकार मधे येतो. चित्र वाचवू पाहतो आणि संतापलेल्या कर्नलच्या गोळीला बळी पडतो.

मला मतकरींनी चित्रकाराची भूमिका दिली. नि:शब्दतेतून व्यक्त होणारी, शांत राहून पोर्ट्रेटचं काम करतानाही खूप काही सुचवणारी, सांगणारी. नुसत्या

'पोट्रेट'मधला कर्नल –
आयत्या वेळचं आव्हान

चेहऱ्यावरच्या अर्थपूर्ण एक्स्प्रेशन्समधून, पाहण्यातून, थबकण्यातून, अबोल राहूनही खूप काही बोलणारी.

आणि मुख्य, आव्हानात्मक 'कर्नल'ची भूमिका रवी पटवर्धन करत होता. त्याची पर्सनॅलिटी, आवाज, एकूण बेअरिंग, आब हे आर्मीऑफिसरला शोभणारंच होतं. युनिफॉर्ममधे तर अधिकच.

एकांकिकेचा स्पर्धेतला प्रयोग चार दिवसांवर आला असताना रवीनं तो येऊ शकत नाही, असं कळवलं. ही मोठीच आपत्ती होती! मतकरींनी काही क्षणांत निर्णय घेतला. नवीन नट बोलावून त्याला तयार करण्याऐवजी (शिवाय एवढं पाठांतर!) त्यांनी मला तो आर्मी ऑफिसर करायला सांगितलं. "तू करशील!" म्हणाले. "मी?" - मला धक्काच बसला. माझ्या डोळ्यांसमोर माझ्यासारखा उंच आणि सडपातळ माणूस इतक्या भारदस्त व्यक्तिमत्त्वाचा रोल (विनोदी न वाटता) करू शकेल, असं येत नव्हतं. (त्यात त्यावेळी माझी 'चिमणराव'ची इमेज तयार झाली होती!) पण मतकरी "ही भूमिका तू चॅलेंज म्हणून कर." म्हणाले. नेटानं, आग्रहानं, वकिली बाण्यानं पटवून मला 'करतो' म्हणायला त्यांनी भाग पाडलं.

आपल्या शारीरिक मर्यादा लक्षात घेऊन, आपण करत असलेली भूमिका स्वत:ला पटणं आणि मग ती तशी प्रेक्षकांना पटवणं - हे करून पहायचं होतं. म्हणजे स्वत:च्या व्यक्तिमत्त्वापेक्षा खूपच वेगळी असलेली व्यक्तिरेखा आधी

तुमच्या डोक्यात, मनात भिनवायची आणि मग तिचा आविष्कार प्रेक्षकांना स्वीकारायला लावायचा. काही मर्यादेपर्यंत असा चमत्कार होऊ शकतो, याचा अनुभव मी घेतला. त्या गणवेशात आणि बेअरिंगमधे मी जसा दिसतोय - असं मला वाटत होतं, तसा मी आहे - असं प्रेक्षकांना वाटायला लावायचं! (जणू काही 'प्रतिमा' उभी करताना आधी स्वत:चं संमोहन – सेल्फ हिप्नॉसीस – केलं, मग प्रेक्षकांचं!!) हा मोठाच धडा होता! मतकरींच्या त्या एकांकिकेत गिरवत गिरवत शिकलो.

स्पर्धेतल्या त्या प्रयोगाला आधी अपेक्षा केली नव्हती असा प्रतिसाद मिळाला! क्लायमॅक्सला लेव्हल चढून, पूर्ण झालेल्या माझ्या पोर्ट्रेटशेजारी मरून पडलेल्या चित्रकाराकडे बघत उभा राहिलो. माझ्यावर स्पॉटलाईट होता. बाकी स्टेजवर अंधार. धीर गंभीर आवाजात (स्वत:शीच बोलल्यासारखं) म्हणालो- "मला ह्याचा खून करायचा नव्हता, मला फक्त माझं केविलवाणं चित्र नष्ट करायचं होतं. ते दुसऱ्या कुणी पाहून चाललं नसतं. कारण सर्वांना मी फक्त सुखी, समाधानी आणि विजयीच दिसायला हवा." स्पॉट लाइट हळूहळू विझला आणि पडदा पडला. त्या हाऊसफुल प्रेक्षागृहात काही क्षण विलक्षण सन्नाटा पसरला. आणि मग बराच वेळ टाळ्यांचा कडकडाट होत राहिला. त्या टाळ्या लेखनाला आणि अभिनयाला होत्याच, पण माझ्या दृष्टीने मतकरींनी घेतलेल्या कास्टिंगच्या निर्णयाला आणि माझ्यावर टाकलेल्या विश्वासालाही होत्या.

बावीस संस्थांच्या एंट्रीज असलेल्या त्या 'प्रेस्टिजस' एकांकिका स्पर्धेत मला 'सर्वोत्कृष्ट अभिनेता' हा पुरस्कार मिळाला- मतकरींनी आयत्या वेळी मला करायला लावलेल्या रोलसाठी.

हे अभिनयाचे पुरस्कार मिळायची सुरुवातही मतकरींच्या नाटकांपासूनच झाली. 'पोर्ट्रेट' एकांकिकेच्याही आधी राज्य नाट्यस्पर्धेत केलेल्या 'प्रेमकहाणी' नाटकापासून मला प्रौढ रंगभूमीचा सूर सापडला असं वाटतं. त्या नाटकातल्या नायकाच्या भूमिकेसाठी मला 'सर्वोत्कृष्ट हौशी कलावंत' हा परिषदेचा पुरस्कार मिळाला. गंमत म्हणजे, माझे या नाटकातले सहकलाकार मतकरी स्वत: होते. हे नाटक लिहिणाऱ्या नाटककाराची भूमिका त्यांनी केली होती. त्यांनीच लिहिलेल्या नाटकातल्या पात्रांशी बोलत, संवाद साधत हा नाटककार नाटक पुढे नेतो! वेगळंच नाटक होतं हे 'प्रेमकहाणी'. राज्य नाट्यस्पर्धेतली सर्वात जास्त पारितोषिकं मिळवणारं!

मतकरींच्या नाटकांतल्या अशा अनेक भूमिकांच्या अंतरंगात शिरण्याची संधी मला मिळाली. विविधरंगी छटा असलेल्या त्यांच्या व्यक्तिरेखांनी अभिनेता

म्हणून मला दिशा दाखवली. माझ्या करिअरमधे रंगभूमीचं स्थान महत्त्वाचं आहे. म्हणून मतकरींचंही.

१७ मे २०२० या दिवशी ते अचानक गेले. जाण्यापूर्वी तीनच दिवस आधी त्यांचा मला फोन आला होता. त्यांच्या अनेक नवनव्या संकल्पनांविषयी, कामांविषयी त्यांनी सांगितलं. मग त्यांच्या 'गांधी-अंतिम पर्व' नाटकाबद्दल ते बोलले. ते त्यांना रंगभूमीवर आणायचं होतं. या कोरोनाच्या दिवसांत नाही. काही महिन्यांनंतर. ''पण आता तयारी करायला काय हरकत आहे?'' म्हणाले. ''थिएटर मूव्हमेंट चालू राहिली पाहिजे.'' हे त्यांचं शेवटचं वाक्य.

...नेहमी या 'थिएटर'मधल्या नवनव्या अनुभवांच्या मंचावर मला एंट्री घ्यायला भाग पाडणाऱ्या रत्नाकर मतकरींनी स्वत: मात्र पटकन एक्झिट घेतली.

●

विनायक चासकर

काहीही नवं, वेगळं पाहिलं (चित्रपट-नाटक) की भारावून जाण्याचं, आपणही असं काही करायला पाहिजे असं वाटण्याचं ते वय होतं. मी 'रीगल' थिएटरला 'प्लाझा स्वीट' नावाचा सिनेमा पाहिला. वॉल्टर मॅथाऊ या ॲक्टरचे त्यात तीन रोल्स होते. एका पंचतारांकित हॉटेलच्या आरामदायी दालनात (Suite) एकापाठोपाठ एक मुक्कामाला येणारी तीन जोडपी. वेगवेगळ्या वयाची. तिथे घडणाऱ्या धमाल घटना. वॉल्टर मॅथाऊनं त्या तिन्ही जोडप्यांतल्या पुरुषांचे तीन वेगळे रोल्स केले होते हे मला शेवटी कळलं. त्या सिनेमानं प्रभावित होऊन मी आमच्या सोसायटीच्या रौप्यमहोत्सवात करण्यासाठी एक लघुनाटक लिहिलं – 'हनीमून हॉटेल रूम नं. १२'. 'रूम नं. १२' हे दालन एक आणि घटना तीन. मला वॉल्टर मॅथाऊसारख्या त्यात, ओळखू येणार नाही अशा तीन भूमिका करायच्या होत्या. एक स्वीट आणि एकापाठोपाठ तिथे येणारी तीन जोडपी एवढीच कल्पना मूळ सिनेमातली. बाकी सगळं स्वतंत्र होतं.

रौप्यमहोत्सवी कार्यक्रमाच्या एकूण आनंदी वातावरणात प्रयोग खूप रंगला. त्यावेळी राज्य नाट्यस्पर्धेत मतकरींचं 'आरण्यक' आम्ही करणार

होतो, त्या नाटकाच्या तालमी चालल्या होत्या. रत्नाकर आणि प्रतिभा मतकरी यांच्याकडे मी या माझ्या लघुनाटकाबद्दल एकदा सहज बोललो होतो. ते मला न कळवता मुद्दाम हा हाऊसिंग कॉलनीतला प्रयोग बघायला आले.

मतकरी त्यावेळी 'दूरदर्शन'वरील 'गजरा' या विविधरंगी करमणूक असलेल्या अतिशय लोकप्रिय कार्यक्रमाचं सूत्रसंचालन करत होते. 'गजरा'चे निर्माते-दिग्दर्शक होते विनायक चासकर. त्यांच्याकडे 'नाटक' विभागही होता. मतकरींनी त्यांना माझ्याबद्दल आणि मी केलेल्या या प्रयोगाबद्दल सांगितलं. जोरदार शिफारसच केली. चासकरांनी मला भेटायला बोलावलं. मी तीन प्रवेशांच्या माझ्या लघुनाटकाची संहिता घेऊन टीव्ही सेंटरला त्यांना भेटायला गेलो. नवख्या उमेदवारानं मुलाखतीला सर्टिफिकेट्स, इतर पेपर्स सावरत बसावं, तसं त्यांच्या छोट्याशा केबीनमध्ये त्यांच्यासमोर माझी संहिता सांभाळत बसलो.

"रत्नाकर मतकरी म्हणाले मला, तू फार चांगलं नाटक केलंस म्हणून" पिंजारलेल्या कुरळ्या केसांचे, कलंदर दिसणारे चासकर चष्म्यातून माझ्याकडे रोखून पहात म्हणाले. पाईप ओढणाऱ्या, रंगीत चित्रांच्या डिझाइनचा शर्ट घातलेल्या आणि इंदुरी ढंगाच्या मराठीत बोलणाऱ्या चासकरांच्या एकूणच वागण्याबोलण्यात एक अनौपचारिकता होती. मला वाटलं ते म्हणतील, 'ठेवून जा. मी वाचीन नंतर.' पण ते म्हणाले, "हं, वाच काय आणलंयस ते." त्यांच्या या इशाऱ्याबरोबर मी माझी संहिता वाचायला सुरुवात केली. पाइपातून

नवनवीन प्रयोगांना वाव देणारे विनायक चासकर

धुराचे लोट सोडत, डोळे बारीक करून ते ऐकत होते. मधेच पान उलटताना वाटलं, हे लक्षपूर्वक ऐकतायत की यांना पेंग आली आहे? पण मधेच हुंकार देऊन ते हसले. तेव्हा कळलं, ते बारकाईनं ऐकत होते.

तीन प्रवेशांच्या लघुनाटकाचं माझं वाचन संपल्यावर काही क्षण ते गप्प राहिले. यांना आवडलं असेल का? त्यांनी स्वत: वाचून त्यांना कल्पना आली असती की मी वाचून दाखवल्यामुळे विनोद अधिक चांगला पोहोचला- असा काही विचार मी करत असतानाच चासकर एकदम ''हे चांगलं आहे. यातला एक भाग 'गजरा'साठी आपण करूया.'' असं म्हणाले. ... या त्यांच्या वाक्यानं चासकरांनी माझ्यासाठी टीव्ही माध्यमाचं दार उघडलं. 'हनीमून हॉटेल रूम नं. १२' या लघुनाट्याचा एक भाग 'गजरा' या कार्यक्रमात सादर करण्यासाठी मी आमच्या शारदाश्रम सोसायटीमध्ये केलेल्या नाटकातल्या कलाकारांनाच आणू का, असं चासकरांना विचारलं. मला वाटलं, ते 'नाही' म्हणतील. 'नवखे लोक नको. नेहमीचे, ओळखीचे, अनुभवी आर्टिस्ट्स घेऊया.' म्हणतील. पण ते लगेच ''आण की, प्रेझेंटेशनला फ्रेशनेस येईल.'' म्हणाले. मी त्यांना आणलंच, शिवाय आमच्या मतकरींच्या ग्रुपमधला अनुभवी आणि भरवशाचा नट वसंत सोमण यालाही बोलवलं.

'दूरदर्शन'च्या 'गजरा' कार्यक्रमात ही नाटिका- 'हनुमंताचा हनीमून' रेकॉर्ड झाली. मला या नव्या माध्यमाशी जुळवून घ्यावं लागलं. रेकॉर्डिंगच्या वेळी नाटकासारखे समोर प्रेक्षक नव्हते, पण फ्लोअर मॅनेजर आणि कॅमेरामन यांच्या (सायलेंट) दबल्या हसण्यावरून कॉमेडी बरी चालली असावी, असा अंदाज आला. हा भाग काही दिवसांतच टेलिकास्ट झाला. मी माझ्या घरी बसूनच पाहिला. स्वत:चं लेखन, स्वत:चा विनोद, स्वत:चा अभिनय असा प्रथमच समोरून पाहिला. बघताना समाधान झालं नाही. या माध्यमासाठी कॅमेऱ्याच्या पोझिशन्स लक्षात घेऊन आणखी काय करायला हवं होतं, काय टाळायला हवं होतं - हेच दिसत (आणि आठवत) राहिलं.

पण या नाटिकेला प्रतिसाद अपेक्षेपेक्षा खूप जास्त मिळाला. प्रदीप भिडे मतकरींच्या आमच्या 'आरण्यक' नाटकात युधिष्ठिर होता. तो तालमींना रोज भेटायचा. त्यानं 'दूरदर्शन'वर बातम्या द्यायला नुकतीच सुरुवात केली होती. टीव्ही सेंटरवरून तो तालमींना यायचा. आला की, दूरदर्शनला नाटिकेवर खूप पत्रं आल्याचं सांगायचा. 'आनंददायी विनोदी अभिनय', 'विनोदाचा वेगळा प्रकार' अशी विशेषणं त्या पत्रांमध्ये असल्याचं प्रदीपकडून कळलं.

चासकरांनी दिग्दर्शन आणि निर्मिती केलेल्या या माझ्या पहिल्या दूरदर्शन

नाट्यानं माझा हुरूप वाढवला! तिथे मग वेगवेगळ्या विषयांवर बरीच प्रहसनं मी केली. नवीन काही कल्पना चासकरांना सांगितली की, ते "लिहून तर आण, करू आपण-" म्हणत. लिहून झाल्यावर त्यांना वाचून दाखवलं की, 'टेकिंग'च्या, सादरीकरणाच्या त्यांच्या कल्पना मला ऐकवत. तेच निर्माता आणि दिग्दर्शक होते. त्यांच्याकडून मला उत्तेजन मिळाल्यामुळे दरवेळी नवीन काही करून पाहण्याची इच्छा होई.

'नातीगोती', 'चौकटराजा', 'रात्र आरंभ' हे बिघडलेल्या मानसिक संतुलनाविषयीचे किंवा मतिमंदत्वाशी संबंधित सिनेमे-नाटक मी खूप नंतर केले. त्याच्या खूप आधी 'मुन्नीचा वाढदिवस' नावाची नाटिका मी दूरदर्शनवर केली. वयानं मोठ्या आणि थोराड मतिमंद मुलीचा वाढदिवस तिचा बाप हाऊसिंग कॉलनीतली छोटी मुलं गोळा करून साजरा करू बघतो. खोली सजवलेली आहे आणि बापानं मुलांना केक कापेपर्यंत थोपवून धरलं आहे- चॉकलेटं देऊन, पत्त्यांची जादू दाखवून, त्यांच्याशी गप्पा करून. पण ती छोटी मुलं अनिच्छेनं बसली आहेत. भेदरलेली आहेत. मुलगी आतल्या खोलीतून आल्यावर मुलं पळून जातात. मुलीला आनंदी ठेवण्यासाठी, खूश करण्यासाठी प्रयत्नांची पराकाष्ठा करणाऱ्या बापाचा माझा रोल होता. चासकरांनी तीन कॅमेऱ्यांनी ही नाटिका परिणामकारकरित्या रेकॉर्ड केली.

'मुन्नीचा वाढदिवस' टेलिकास्ट झाल्यावर लगेच मला चासकरांचा फोन आला, "अरे दिलीऽप, सारखे फोन सुरू झालेयत बरंऽ. पण आत्ता कोणाचा आला माहीत आहे का?" मी विचारलं, "कुणाचा?" "अरे, व्ही. शांताराम! खूप वेळ बोलत होते तुझ्या प्लेबद्दल. त्याला भेटायला पाठवा, म्हणाले अर्जंटली. जाऊन ये लगेच."

चासकरांचा आदेश मी मानला. दुसऱ्या दिवशी सकाळी परळच्या 'राजकमल' स्टुडिओत चित्रपती व्ही. शांताराम यांना भेटायला गेलो. त्यांच्या केबीनमध्ये दिग्दर्शक अनंत माने आणि संगीतदिग्दर्शक राम कदम बसले होते. त्या दोघांना शांतारामबापूंनी काल टेलिकास्ट झालेल्या 'मुन्नीचा वाढदिवस'बद्दल भरभरून सांगितलं. मग मला म्हणाले, "एका अख्ख्या फिल्ममधून देणं कठीण जाईल, असा संदेश तुम्ही पंधरा मिनिटांच्या प्रवेशात दिलात. ते तुम्हीच लिहिलं होतं, असं चासकर म्हणाले. छान! तुमचा संयमित अभिनय मला आवडला." इथपर्यंत मी संकोचानं कौतुक ऐकत होतो. पण पुढचं ऐकून कान टवकारले (आणि सावध झालो.) "आम्ही एक चित्रपट करतोय. त्यात नायकाचा रोल तुम्ही करावा, असं मला वाटतं. महिन्याला दहा दिवस, असे

चार महिने द्या. चाळीस दिवसांत चित्रपट पूर्ण करू... मला चेहऱ्याची पारख आहे. कालचं तुमचं दूरदर्शनवरचं नाटक पाहून ठरवलं...'' ते बोलत होते, मी विचार करत होतो. अशी रजा मला मिळणं शक्यच नव्हतं. आणि मराठी चित्रपटातल्या नायकाची भूमिका मिळणार, म्हणून चांगल्या पोस्टच्या नोकरीशी तडजोड करणंही शक्य नव्हतं. मी 'कळवतो' असं म्हटलं आणि चित्रपतींचा निरोप घेतला. मनात 'नाही' ठरवलं.

टीव्ही सेंटरवर जाऊन चासकरांना सांगितलं. मला वाटलं, ते रागावतील. एवढा 'ब्रेक' मिळतोय तर कर ना बे, म्हणतील. पण ते ''बरं केलंस बहकला नाहीस. डोकं ताळ्यावर आणि पाय जमिनीवर आहेत तुझे.'' असं म्हणाले! खरंच तसं होतं की नाही, माहीत नाही; पण मला हे माझं वर्णन (त्यावेळी तरी) आवडलं!

एकदा एक गमतीदार प्रकार करून बघितला. 'गजरा' कार्यक्रमात 'शेजारच्या घरात - एक नि:शब्द नाट्य' लघुनाटिका केली. ही स्लॅपस्टिक कॉमेडी होती, पण सायलेंट होती. शब्द नव्हते. फक्त हलणारी तोंडं. कारण शेजाऱ्यांना काचेतून ही घटना दिसतेय. ऐकू येत नाही. तंबोरा घेऊन गात बसलेली मुलगी (सुषमा तेंडुलकर), पाइपावरून चढून, घरात शिरून तिला पळवून नेऊ पाहणारा तिचा तरुण, हेल्मेटधारी प्रियकर (मी) आणि अचानक येऊन त्यांना रंगेहाथ पकडणारे तिचे आई-वडील (मनोरमा वागळे आणि रमाकांत देशपांडे). फक्त ॲक्शन, बाकी 'मूकपट'. चासकरांनी सगळ्या 'गॅग्ज' आणि 'पंचेस'सहित कॅमेऱ्यासमोरच्या या मायमिंगचं दिग्दर्शन केलं.

...आणि मग एक महत्त्वाकांक्षी प्रयोग केला. 'फॉरिन फिल्म विथ इंग्लिश सबटायटल्स'. एक शास्त्रज्ञ आणि त्याची प्रौढ सेक्रेटरी (दया डोंगरे) यांच्यातला सीन. ही फॉरिन फिल्म कुठल्यातरी पूर्व युरोपियन देशाची असल्यामुळे आम्ही अगम्य भाषेत बोलत होतो. (त्या अगम्य संवादासाठी पोर्तुगीज भाषेतल्या शब्दांची मजेशीर फिरवाफिरवी करून मी वेगळीच बोली भाषा बनवली होती.) हे संवाद आम्ही बोललो की, खाली इंग्रजी सबटायटल्स यायची. अगदी हुंदके, जांभई, आश्चर्योद्गार यांचीही हास्यास्पद 'भाषांतरित' सबटायटल्स!

या नाटिकेची एक आठवण आहे. शास्त्रज्ञानं त्याच्या लॅबमधल्या फळ्यावर मांडलेलं प्रमेय मला हवं होतं. एक फॉर्म्युला. चासकर म्हणाले, ''मी आमच्या आर्ट डिपार्टमेंटला सांगतो. ते काढतील फळ्यावर अक्षरं.'' पण मला फॉर्म्युला खराखुरा वाटायला हवा होता. मी केलं काय, थेट 'टाटा इन्स्टिट्यूट ऑफ

फंडामेंटल रिसर्च'मधे जाऊन डॉ. चित्रेंना (डॉ. नारळीकरांचे समकालीन) भेटलो. त्यांनी आकृती काढून अ‍ॅस्ट्रोफिजिक्सचा एक फॉर्म्युला लिहून दिला. मी तो घेऊन टीव्ही सेंटरला आलो. चासकरांनी आर्ट डिपार्टमेंटला त्याबरहुकूम ब्लॅकबोर्डवर प्रमेय मांडायला सांगितलं आणि ड्रॉईंग देऊन आणि सूचना करून शास्त्रज्ञाची लॅब उभी केली. 'गजरा' कार्यक्रमात ही नाटिका झाली. वेगळ्याच भाषेत आम्ही संवाद म्हणत असताना मोठ्या खुबीनं खाली सबटायटल्स सरकण्याची तांत्रिक कसरत केली गेली.

सई परांजपे त्यावेळी दिल्लीहून नुकत्याच आल्या होत्या. त्यांच्या पाहण्यात ही नाटिका आली. त्यांची 'फारच गोड प्रकार होता' ही कॉमेंट आठवते. त्यांनी ''ही कल्पना कुणाची?'' असं विचारलं. (त्यानंतर काही दिवसांनी सई परांजपेंचं दिग्दर्शन असलेलं 'बिकट वाट वहिवाट' हे माझं पहिलं व्यावसायिक नाटक मी केलं. हा निव्वळ योगायोग!)

चासकरांना सर्वात जास्त आवडलेल्या माझ्या 'पंचवीस एके पंचवीस' या प्रहसनात एका जोडप्याची पंचवीस वर्षांच्या फरकानं तीन वयं दाखवली होती. त्यातला पुरुष आधी पंचविशीचा, मग पन्नाशीचा आणि शेवटी पंच्याहत्तरीचा. त्यातला माझा पंचविशीचा, सुमार वकुबाचा भाबडा तरुण पाहून विजया जोगळेकरांनी मला 'चिमणराव' भूमिकेसाठी निवडलं! दूरदर्शनची पहिली मालिका.

...मतकरींकडे स्वत:ला शोधण्याची प्रक्रिया झाली होती. चासकरांकडे स्वत:ला सिद्ध करण्याचे प्रयत्न! त्यांनी नट म्हणून मला मोकळीक दिलीच, पण लेखक म्हणूनही दिली. प्रहसनांच्या स्वरूपातलं लेखन, निरनिराळे प्रयोग- विषयाचे आणि अभिनयाचे- मला टीव्हीवर करायला मिळाले. 'पुराव्यानं शाबीत करीन' म्हणण्यासारखं त्यातलं काहीच आता टीव्ही सेंटरवर शिल्लक नाही. ते रेकॉर्डिंग सोडाच, नावापुरता एखादा फोटोही नाही. कुठलाच.

टीव्हीसाठी मी लिहिलेल्या प्रहसनांचा संग्रह 'उत्कर्ष' प्रकाशनानं प्रसिद्ध केला. तो मी विनायक चासकरांना अर्पण केला आहे. त्यांच्यामुळे आणि त्यांच्या ('गजऱ्या')साठी लिहिलेली ही प्रहसनं. मुखपृष्ठ शि.द. फडणीसांचं आहे. (शि.द. फडणीसांनी पुस्तक वाचून उत्साहानं आतही सोळा-सतरा चित्रं काढली.)

पुस्तकाचा छोटा, घरगुती प्रकाशनसोहळा चासकरांच्या माहीमच्या घरी झाला. चित्रीकरण करायला आलेल्या न्यूज चॅनेलच्या वार्ताहराला चासकर- निवृत्त होऊन अनेक वर्षं लोटली तरी - तिथेही हिरिरीनं कॅमेरा अँगलच्या आणि 'टेकिंग'च्या सूचना देत होते.

●

वृंदावन दंडवते

कॉलेजात केलेल्या (आणि स्पर्धेत पारितोषिक मिळवलेल्या) एकांकिकेमुळे अभिनयाविषयी ओढ, आपुलकी निर्माण झाली हे खरंच. हाऊसिंग कॉलनीतल्या दीपोत्सवातली-गणेशोत्सवातली नाटकं तर चालू होतीच. स्वत: लिहून सादर करायलाही आवडायचं. कॉलेजातल्या वार्षिकोत्सवातही विनोदी एकांकिकेत काम करून वर्गातल्या मुलामुलींना चकित केलं होतं. ('हा असं(ही) करतो?') पण नाही म्हटलं तरी ही अभिनयाची हौस-आवड कॉलेज-कॉलनीपुरती मर्यादित होती. बाहेरच्या रंगभूमीशी (नट म्हणून) संबंध नव्हता. मी नाटकं पहायचो मात्र आवडीनं. व्यावसायिक, यशस्वी, लोकप्रिय नाटकं तर मी पहायचोच. पण प्रायोगिक नाटकं करणाऱ्या संस्थांमध्ये अग्रेसर असणाऱ्या 'रंगायन' या संस्थेचा मी 'प्रेक्षक सभासद' होतो. 'रंगायन'च्या नावाचा दबदबा होता. विजया खोटे (नंतरच्या विजया मेहता) मुख्य होत्या. 'कप्तानपद' त्यांच्याकडे होतं. विजय तेंडुलकर, माधव वाटवे, अरविंद देशपांडे, वसंत सरवटे अशी मंडळी होती. संस्थेचे अध्यक्ष श्री. पु. भागवत होते. सल्लागार मंडळींमध्ये वा. ल. कुलकर्णी, जितेन्द्र अभिषेकी, चित्रकार वासुदेव गायतोंडे, निसिम

इझिकेल असे लोक!

'रंगायन' वेगवेगळ्या प्रकारची प्रायोगिक नाटकं सादर करत असे. ती जागतिक रंगभूमीवरच्या गाजलेल्या वेगळ्या धाटणीच्या - विषयांच्या नाटकाची रूपांतरं असत, तेंडुलकरांच्या वैशिष्ट्यपूर्ण एकांकिका, नाटकं असत किंवा कधी मराठीतल्या श्रेष्ठ साहित्यकाराची स्वतंत्र नाट्यकृतीही असे. 'रंगायन'नं आपला असा एक प्रेक्षकवर्ग तयार केला होता – नवे नाट्यप्रयोग पहायला आणि त्यावरची चर्चा ऐकायला उत्सुक, असा. वर्षाला दहा की बारा रुपये वर्गणी होती. त्यात सहा-सात अत्यंत दर्जेदार, उत्तम सादरीकरणाचे कार्यक्रम पहायला मिळत. नाटक-एकांकिका याबरोबरच इतर कलाप्रकार – संगीत, अभिवाचन, चर्चा असेही कार्यक्रम असत. भुलाभाई ऑडिटोरियम, दादरचा छबिलदास हॉल, चौपाटीवरचं विल्सन कॉलेज सभागृह ('एक शून्य बाजीराव', 'एक होती राणी' - ही खूप काळ ज्यावर उलट-सुलट चर्चा झाली, ती नाटकं मी इथे पाहिली.) ही 'रंगायन'ची 'मिनी-थिएटर्स' होती.

'रंगायन'ची सर्जनशील मंडळी करत असलेल्या नवनवीन प्रयोगांच्या निमित्तानं 'प्रेक्षक सभासद' म्हणून नव्या नाट्यचळवळीचा अंदाज घेता येतोय, म्हणून मला त्यावेळी रास्त अभिमान वाटायचा. एक प्रेक्षक म्हणून नवलाईनं मी सारं पहायचो.

अशा या 'रंगायन'च्या आतल्या वर्तुळातला वृंदावन दंडवते आमच्या कॉलनीत रहायचा. 'रंगायन'साठी तो एकांकिका, नाटकं लिहायचा. (आयेनेस्कोच्या 'चेअर्स'चं 'खुर्च्या' हे भाषांतर त्यानंच केलं होतं.) कॉलनीतल्या

'रंगायन'
या नाट्यसंस्थेत आणणारे
वृंदावन दंडवते

उत्सवात मी करत असलेली नाटकं बघायला वृंदावनच्या वहिनी (त्याचे ज्येष्ठ बंधू मधू दंडवते यांच्या पत्नी) प्रमिलाताई अधूनमधून येऊन बसायच्या. शाबासकी देऊन जायच्या. वृंदावन जातायेता कधीतरी उत्सवातलं नाटक चालू असेल तर मला स्टेजवर पहायचा.

एकदा ध्यानीमनी नसताना त्यानं मला गाठलं, ''महाराष्ट्र राज्य नाट्यस्पर्धेत 'रंगायन' विजय तेंडुलकरांचं एक नाटक करणार आहे. त्यांना एक उंच मुलगा हवाय. तू अरविंद देशपांडेंना जाऊन भेट.'' मी 'बरं' म्हटलं. नाटकाबद्दल चौकशी केली. नाटकाचं नाव 'लोभ नसावा ही विनंती'. अरविंद देशपांडे दिग्दर्शक होते. (विजया मेहता तेव्हा इंग्लंडला होत्या.) 'रंगायन'च्या नाटकात चक्क काम करायची संधी मिळतेय म्हटल्यावर मी हरखलोच. वृंदावन म्हणाला, ''आधी एक जण हा रोल करत होता, पण त्याला काढून टाकलंय जमत नाही म्हणून. तू बघ. डायरेक्टरला आवडलास, तर ठेवतील. नाही तर वापस.'' असा अत्यंत उत्साहवर्धक (!) इशारा त्यानं दिला. पण मी दिग्दर्शकाला योग्य वाटलो. आजवर 'रंगायन'चा 'प्रेक्षक सभासद' होतो, तो 'नट सभासद' झालो. कॉलनी आणि कॉलेजच्या बाहेरचं हे माझं खऱ्या अर्थानं पहिलं नाटक. तेही तेंडुलकरांचं. 'रंगायन' संस्थेचं. एकशेवीस एंट्रीज असलेल्या राज्य नाट्यस्पर्धेतलं.

दुसऱ्या महायुद्धातल्या दोस्त राष्ट्रांच्या छावणीतला तंबू रंगमंचावर दिसायचा. झावळांच्या खोपटातला तात्पुरत्या हॉस्पिटलचा. त्या तंबूमध्ये घडणारी या नाटकाची कथा. तेंडुलकरांचं हे नाटक 'हेस्टी हार्ट' या जॉन पॅट्रिकच्या इंग्लिश नाटकाचा अनुवाद होता. दोस्त राष्ट्रांचे सहा रुग्ण सैनिक आणि त्यांची काळजी घेणारी नर्स ही प्रमुख पात्रं होती. ब्रिटीश 'टॉमी' यशवंत भागवत, अमेरिकन 'यांकी' नारायण पै, ऑस्ट्रेलियन 'डिगर' बाळ कर्वे, स्कॉटिश 'लॅची' अरविंद कारखानीस, आफ्रिकन 'ब्लॉसम' काळ्या रंगाचा मेकअप केलेला वृंदावन दंडवते, न्यूझिलंडचा (ज्याला तंबूतल्या हॉस्पिटलची कॉट पुरत नाही, असा उंच) 'किवी' मी आणि ब्रिटीश नर्स 'मार्गारेट' चित्रा पालेकर अशी नटमंडळी होती. या सैनिकांच्या एकमेकातील नातेसंबंधांची, संघर्षाची, मैत्रीतल्या ताणांची, स्वभाववैशिष्ट्यांची ही कथा होती. तेंडुलकरांच्या शब्दरचनेची, संवादांची, भाषाशैलीची, नाट्यरचनेची आणि कंसांची या नाटकात ओळख झाली. (पुढे त्यांच्या 'विठ्ठला' आणि 'एक हट्टी मुलगी' या नाटकांत मी प्रमुख भूमिका केल्या.)

तेंडुलकर क्वचित कधी तालमी बघायला येत. ते आले की, तालीम

अधिकच गंभीरपणे केली जाई. त्यांच्याभोवती एक वलय होतं. तालीम संपल्यावर सगळे त्यांच्याभोवती गोळा झाले की, 'तें' सावकाश बोलत, हळू आवाजात काही सूचना देत. मोजकं आणि मार्मिक बोलत.

एकूणच तालमी आणि प्रयोगांदरम्यान नाटक कसं उभं राहतं, नेपथ्य-प्रकाशयोजना-पार्श्वसंगीत आणि अभिनय या सगळ्याच अंगांचा नाटकाच्या उभारणीत, घडणीत दिग्दर्शक कसा उपयोग करून घेतो, हे सारं माझ्या या पहिल्याच नाटकात बघायला, शिकायला, अनुभवायला मिळालं.

या नाटकाची एक आठवण आहे. राज्य नाट्यस्पर्धेच्या प्राथमिक फेरीत हे नाटक निवडलं गेलं. अंतिम स्पर्धेतला प्रयोग 'रंगभवन'च्या खुल्या नाट्यगृहात चालू होता. तुडंब गर्दी होती. प्रयोग चालू असताना दोन सीन्सनंतर माझ्या पुढच्या एंट्रीला वेळ होता म्हणून मी पाणी पिण्यासाठी मेकअपरूममधे गेलो. तिथे तेंडुलकर एकटेच मेकअपरूममधल्या आरशांवरच्या दिव्यांच्या उजेडात एकाग्र चित्तानं लिहीत बसले होते. स्टेजवर चाललेल्या त्यांच्या नाटकातले संवाद इथे ऐकू येत होते. पण तेंडुलकरांचं लेखन विनाव्यत्यय चालू होतं. मी त्यांना म्हटलं, "नाटक नाही का बघत? खूप छान चाललंय." तेंडुलकरांनी मान वर करून माझ्याकडे रोखून पाहिलं आणि म्हणाले, "मी माझं नाटक बघत नाही." मला फार आश्चर्य वाटलं.

नाटक संपल्यावर हे मी वृंदावन दंडवतेला सांगितलं. त्याला काही आश्चर्यबिश्चर्य वाटल्याचं दिसलं नाही. तेंडुलकरांप्रमाणे तो 'रंगायन'च्या आतल्या वर्तुळातला असल्यामुळे त्याला तेंडुलकरांच्या (लेखनातल्या आणि व्यक्तिमत्त्वातल्या) वेगळेपणाची सवय होती!

वृंदावनमुळे मी 'रंगायन'मध्ये आलो. त्यानं सहज म्हणून मला तिथे नेलं. त्याला कळलंही नसेल त्यानं माझ्यासाठी काय केलं. कॉलेज आणि कॉलनीच्या छोट्या परिघातून बाहेर काढायचं मोठं काम! कॉलेजमध्ये डोक्यात अभिनयाचा किडा शिरला होता. इथे नाटकाच्या 'मॅजिक'चा स्पर्श झाला. नाटकाची वाट अशी सुरू झाली. इथून सुरू झाली.

●

विजया जोगळेकर धुमाळे

'दूरदर्शन'वरील निर्माते विनायक चासकर यांच्या 'गजरा'साठी मी नवं काही लिहून सादर करण्यास उत्सुक असे. त्यात स्वत:साठी वेगळी व्यक्तिरेखा, वेगळा विषय, वेगळ्या विनोदी सिच्युएशन्स लिहिण्याचा मी प्रयत्न केलेला असे. अशीच एक नाटिका मी लिहिली आणि त्यात एका जोडप्याच्या तीन वयातल्या भूमिका लिहिल्या. 'पंचवीस एके पंचवीस'. पहिल्या भूमिकेत तो सामान्य वकुबाचा तरुण पंचविशीचा. दुसऱ्यात पन्नाशीचा आणि तिसऱ्यात पंच्याहत्तरीचा.

ही नाटिका त्यावेळी दर्शकांना खूप आवडल्यामुळे दोन-तीन वेळा 'री टेलिकास्ट' झाली.

'दूरदर्शन'वर चिं. वि. जोशींच्या साहित्यावर कार्यक्रम करायचं चाललं होतं. त्यावेळचे टीव्ही सेंटरचे डायरेक्टर श्री. शास्त्री यांनी विजया जोगळेकर यांच्याकडे ते काम सोपवलं. त्यांनी चिं. वि. जोशींच्या 'चिमणराव'च्या दोन कथा नाट्यरूपात करण्याचा प्रस्ताव मांडला. डायरेक्टरांनी होकार दिला. विजयाताईंनी पात्रांचा शोध सुरू केला होता. त्यांच्या पाहण्यात माझी ही 'पंचवीस एके पंचवीस' आली. त्यातल्या माझ्या पहिल्या (तरुणाच्या) रोलचं बेअरिंग, निरागसपणा, पोकळ आत्मविश्वास, स्वत:तल्या सुमार कर्तृत्वाचा

अंदाज नसल्यामुळे महत्त्वाची व्यक्ती असल्यासारखं वावरणं वगैरे वैशिष्ट्यांमुळे असेल, पण त्यांना मी 'चिमणराव' म्हणून योग्य वाटलो. त्यांनी मला "आम्ही दूरदर्शनवर चिं.विं.चा चिमणराव करायचं म्हणतोय. तुम्ही चिमणराव कराल का?" असं जेव्हा विचारलं, तेव्हा मी लगेच "हो, करीन ना." असं म्हणून टाकलं खरं, पण माझ्या डोळ्यांसमोर माझं चिमणरावचं रूप काही आलं नाही.

चिं.वि. जोशींचा चिमणराव हा पुण्याच्या सदाशिव पेठेत वास्तव्य असलेला एक सर्वसामान्य मध्यमवर्गीय माणूस आहे. तो आर. के. लक्ष्मण यांच्या 'कॉमन मॅन'सारखा वाटायला हवा, दिसायला हवा, असं मला वाटलं. मी उंच आणि सडपातळ. चिमणराव वाटेन का? पण विजयाताईंना खात्री होती.

त्यांनी माझं व्यक्तिमत्त्वच (चिमणरावच्या व्यक्तिरेखेत) बदलायचं ठरवलं. मी चासकरांच्या 'गजरा' कार्यक्रमात निरनिराळ्या भूमिका केल्या असल्या, तरी बहुतेक वेळा माझे कुरळे केस कॉमन होते. ते झाकायचे, आयडेंटिटी बदलायची आणि गोटा - घेरा - शेंडी या रूपातला चिमणराव आणायचा - असं ठरलं. चिं. वि. जोशींनी लिहिलेल्या चिमणरावच्या कथांचा काळ हा १९५०च्या आधीचा होता. त्यामुळे घेरा आणि शेंडीप्रमाणेच धोतर, सुती गुंड्यांचा सदरा, कोट, उपरणं, पगडी (किंवा टोपी) असा पोषाखही ठरवला गेला. गुंड्याभाऊ म्हणून बाळ कर्वे आला. (या आधी आम्ही 'रंगायन'च्या 'लोभ नसावा ही विनंती'मधे एकत्र होतो. तो ऑस्ट्रेलियाचा सैनिक, मी न्यूझिलंडचा. आता इथे दोघेही पुण्याचे.) गुंड्याभाऊचंही तेच रूप ठरलं. 'काऊ' स्मिता पावसकर ठरली, तर चिमणरावची 'आई' सुलभा कोरान्ने. सगळं 'कास्टिंग' विजयाताई जोगळेकरांनीच केलं. 'मोरू' पार्ल्याचा नीरज माईणकर हा चुणचुणीत मुलगा, तर 'मैना' अरुणा पुरोहित आणि गणेश मतकरी 'राघू' (वय वर्षं सहा) यांना मी घेऊन गेलो. फ्यामिली जमली!

पहिले दोन एपिसोड्स विजयाताईंनी व. पु. काळे यांना लिहायला दिले. 'स्पष्टवक्तेपणाचे प्रयोग' आणि 'फोनोग्राफ' या चिं. विं.च्या कथांवरून वपुंनी ते लिहिले आणि हौसेनं एका एपिसोडमधे कामही केलं.

रविवारी होणाऱ्या 'हास परिहास' या विनोदी कार्यक्रमात व्यवस्थित तालमी वगैरे घेऊन ते प्रसारित झाले. या दोन एपिसोड्सना मिळालेला प्रचंड प्रतिसाद पाहून 'चिमणराव' मालिका करायचा निर्णय विजयाताई जोगळेकरांनी घेतला. सहज एक गंमत आठवली. दोन भागांचे पटकथा-संवाद लिहिणाऱ्या व. पु. काळे यांना त्यात कामही करण्याची तीव्र इच्छा होती. म्हणून त्यांनी 'फोनोग्राफ'मधला एक रोल मागून घेतला. फोनोग्राफचा लिलाव करणाऱ्या

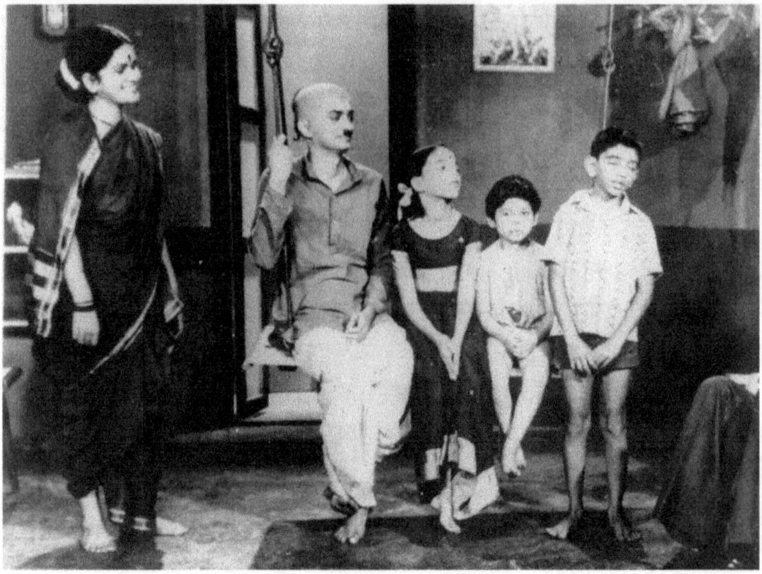

दूरदर्शनवरची पहिली मालिका

'जाफरशेट'चा तो रोल होता. त्यांनी चेहरा गोरा गुलाबी ('रूज' वगैरे लावून) करायला लावून हौसेनं इतर पेहरावाबरोबर तुर्की टोपीही घातली. शूटिंग संपल्यावर ते (ठरवून) मेकअपसकट स्कूटरवरून गेले, इतका त्यांना तो रोल (आणि रोलसाठी केलेला मेकअप) आवडला होता.

अभिनयाची हौस आणि इच्छा असलेले लेखक मी नंतरही पाहिले.

विजयाताईंनी मालिकेसाठी चिंविंच्या चिमणराव कथा निवडून त्यांचं रूपांतर करण्याचं काम श्रीधर घैसास यांना दिलं. तीन-चार एपिसोड्स मीही लिहिले, पण बहुतेक भागांसाठी कथा शोधून त्यांचं रूपांतर श्रीधर घैसासांनी केलं.

मालिका सुरू झाली आणि अल्पावधीत (दुसरा चॅनलच नसल्यामुळे आणि ही पहिलीच मालिका असल्यामुळे असेल पण) मालिकेला प्रचंड लोकप्रियता मिळाली.

हा चिमणराव करण्याआधी मी नाटकात आणि टीव्हीवरही बऱ्याच भूमिका केल्या होत्या. गंभीर आणि विनोदी. पण या चिमणरावमुळे मी घराघरात पोहोचलो. ही या माध्यमाची ताकद नव्यानंच कळली. रस्त्यात, स्टेशनवर, लोकल ट्रेनमध्ये अचानक (मेकअप नसूनसुद्धा) लोक ओळखायला लागले. कुठे एखाद्या बिल्डिंगमध्ये किंवा चाळीबिळीत गेलो, तर बघायला बाल्कन्यांमधे

गर्दी व्हायला लागली. बसस्टॉपवर उभा असेन तर कार किंवा टॅक्सीमध्ये लिफ्ट मिळू लागली. सरकारी खात्यात (कधी गेलो तर) कामं लावकर व्हायला लागली. मी माझी फार्मास्युटिकल कंपनीतली नोकरी सोडून एका व्हिडिओ प्रॉडक्शन हाऊसमध्ये (पार्टनर म्हणून) गेलो, तेव्हा माझ्या 'प्रॉव्हिडंट फंड'च्या चेकसाठी बांद्र्याला 'भविष्य निर्वाह निधी भवन'मधे जावं लागलं. अक्षरश: तासाभरात चेक मिळाला. (चीफ अकाउंटटनं 'चिमणराव' म्हणून डिपार्टमेंटमधे लोकाग्रहास्तव फिरवलं.)

या साऱ्याच अनपेक्षित गोष्टींची सुरुवातीला नवलाई वाटायची. आश्चर्यही वाटायचं आणि आनंदही व्हायचा. बाळ कर्वे आणि मी पहिले 'टीव्ही स्टार्स' होतो!

'चिमणराव' मालिका करायचं ठरल्यावर (आणि चालू असताना) चिं. वि. जोशींची पुस्तकं मी वाचली. माझ्याकडे असलेली पुन्हा, आणि बरीचशी विकत घेऊन. मला ही भूमिका करणं म्हणजे एक जबाबदारीही वाटली. कथांमधले प्रसंग, संवाद, व्यक्तिरेखा हे सारं मुळातच इतकं छान, निर्मळ विनोदी असायचं की, पटकथा-संवाद लिहायला फार कष्ट पडत नसत. बऱ्याच कथा, घटना चिमणराव आणि काऊ यांच्या घरातच घडत. फार कमी वेळा

मुलांच्या सहवासात 'चिमणराव'

'पॅनेल'वरचे कमांड्स – '...गोइंग फॉर रेकॉर्डिंग... फाइव्ह-फोर-थ्री-टू-वन...'

आम्ही शूटिंगसाठी बाहेर गेलो. वरळीला असलेल्या टीव्ही सेंटरच्या मुख्य स्टुडिओत घराचा सेट लावला जाई. पलंग, कपाट, एक जुना रेडिओ, दोन घडीच्या खुर्च्या, एक आरामखुर्ची, फडताळ, भिंतीवर खुंट्या आणि झोपाळा असा सेट असे. हे चिमणराव आणि कुटुंबीयांचं (तात्पुरतं उभं केलेलं) जग होतं.

एपिसोडची संहिता हातात आली की, सगळे एकत्र बसत असू. ती वाचली जाई. पण रेकॉर्डिंगच्या वेळी स्टुडिओत कॅमेरे सुरू झाल्यावर त्यातले प्रसंग फुलत. विजयाताई इंप्रोवाईज करायला पूर्ण परवानगी देत. त्यावर आपली मतं, सल्ले देत. शूटिंगसाठी स्टुडिओचे दरवाजे बंद झाले की, बाहेर लाल लाईट लागत. आम्ही बेअरिंग घेऊन इशाऱ्याची वाट बघत असू. फ्लोअर मॅनेजरच्या हेडफोनमधून 'पॅनेल'वर बसलेल्या विजयाताईंचे कमांड्स ऐकू येत. "गोइंग फॉर रेकॉर्डिंग...व्हि.टि.आर.रेडी...फाईव्ह-फोर-थ्री-टू-वन... रोल व्हि. टि. आर...क्यू हिम अँड टेक." शूटिंग सुरू होई.

टेलिकास्टनंतर टीव्ही सेंटरवर खूप पत्रं येत. त्यातली काही आम्हाला विजयाताई वाचून दाखवत. 'तुमचं झोपाळ्याचं घर आम्हाला फार आवडतं.' 'तुमचं हे कुटुंब फक्त शूटिंगपुरतं एकत्र येतं, हे खरं वाटत नाही.' 'तुम्ही

आम्हाला वेगळ्या जगात घेऊन जाता. खूप आनंद देता.' 'सध्याच्या काळात चिमणरावासारखा माणूस असेल, तर त्याची धडगत नाही.' ...अशी अनेक पत्रं.

प्र. के. अत्रे यांनी म्हटलेलं आहे, 'मराठी भाषेत श्रीपाद कृष्ण कोल्हटकर आणि राम गणेश गडकरी यांनी कोटीबाजपणा आणला. चिं. वि. जोशींनी विनोद आणला.' अत्रे चिं. वि. जोशींना 'कोमल विनोदाचे फुलमाळी' म्हणत. मला ह्या कोमल विनोदाचा प्रतिनिधीच असलेला 'चिमणराव' साकारायला मिळाला, हे माझं सुदैवच.

चिमणरावची भूमिका, मालिकेचा तांत्रिक दर्जा, निर्मितीमूल्यं ह्यावर वेगवेगळी मतं असू शकतील. पण मर्यादित सोयी, संसाधनं उपलब्ध असताना निर्माण झालेल्या दूरदर्शनच्या पहिल्यावहिल्या मालिकेनं अमाप लोकप्रियता त्याकाळी मिळवली, हे नाकारता येणार नाही. मला या मालिकेनं असंख्य घरात पोहोचवलं, इमेज दिली. गेल्या त्रेचाळीस वर्षांत इतके रोल्स करूनसुद्धा 'चिमणराव' म्हणून (विशेषतः अमराठी लोक) अजूनही ओळखतात, तो ठसा आजही पुसला गेला नाही... हे विजया जोगळेकरांच्या 'कास्टिंग'मुळे जमू शकलं!

●

सुरेश खरे

मी अंधेरीला टेडिंग्टन केमिकल फॅक्टरी ('रॅलीज'ची फार्मास्युटिकल डिव्हिजन) या लॅबमधे नोकरी करत होतो. एम्.एस्सी. केल्यानंतर, त्यावेळी मनात असलेल्या जेनेटिक्सच्या संशोधनासाठी 'टाटा इन्स्टिटयूट ऑफ फंडामेंटल रिसर्च'मधे जागा न मिळाल्यामुळे ही नोकरी घेतली होती. कुठल्याही प्रॉडक्शन कंपनीत असतं तसं 'रुटीन' काम असायचं. सवलती-लवकर जाणं, उशिरा येणं वगैरे नसायच्या. मी क्वालिटी कंट्रोल विभागात होतो. पाच दिवसांचा आठवडा. शनिवार-रविवार सुट्टी होती. ती नोकरी सांभाळून मी 'सूर्याची पिल्ले' हे (वसंत कानेटकरांचं) व्यावसायिक नाटक करत होतो. (पुण्याला प्रयोग असेल, तर रात्री तो प्रयोग करून मुंबईला येऊन, सकाळी पुन्हा आठच्या ड्यूटीवर हजर रहात होतो!) हौशी, प्रायोगिक नाटकं आणि एकांकिकांचे प्रयोग करत होतो. टीव्हीवर 'चिमणराव' मालिका चालू होती. इतकंच नव्हे तर वर्षाला मिळणाऱ्या महिनाभर हक्काच्या सुट्टीत 'चिमणराव-गुंड्याभाऊ' आणि 'एक डाव भुताचा' हे दोन सिनेमेही केले. बऱ्यापैकी ओढाताण, धावपळ व्हायची. अनेक वेळा मग नव्या ऑफर्सना 'नाही' म्हणावं लागायचं आणि त्या ॲक्टिविटीज तर वाढत चालल्या होत्या.

क्वालिटी कंट्रोल लॅबमधल्या 'तोच तो'पणा असणाऱ्या रुटीन कामापेक्षा नाटकांमधे मिळणारा आनंद केव्हाही कितीतरी जास्त होता. पण नाइलाज होता.

सुरेश खरे भेटले नसते, तर हे असंच चालू राहिलं असतं. इथे सीनियर होत गेलो असतो. कदाचित 'बेटर प्रॉस्पेक्ट्स'साठी 'ग्लॅक्सो', 'हेक्स्ट'सारख्या एखाद्या कंपनीत जाण्यासाठी प्रयत्न केले असते. पण नाटक, सिनेमे, मालिकांमधे अभिनय करता आला नसता. ते तसंच राहून गेलं असतं. वार्षिक संमेलनातल्या नाटकात सहभागी होण्याच्या हौसेपुरतं!

पण खरेंची भेट झाली. 'दूरदर्शन'वर 'गजरा' नावाचा जो कार्यक्रम असायचा, त्याचं लेखन करण्यासाठी 'दूरदर्शन'चे निर्माते-दिग्दर्शक विनायक चासकर यांनी खरेंना बोलावलं. एक विषय असायचा- सूत्र असायचं आणि त्याभोवती पाच-सहा मजेशीर प्रहसनं गुंफलेली असायची. मधे त्यांना जोडणारं निवेदन असायचं. ते दया डोंगरे करायच्या.

मी त्यापूर्वीही 'गजरा'मधे बरीच स्किट्स स्वत: लिहून केली होती. मतकरींचं लेखन असलेले काही 'गजरे'ही केले होते. आता सुरेश खरे लिखित 'गजरा'मधे माझी नियमित हजेरी लागू लागली. ते अगदी वेळेवर खुमासदार प्रवेश लिहून देत. तालमी घेत आणि स्वत: रेकॉर्डिंगलाही हजर असत. काही वेळा ते निवेदनही करत. प्रहसनात सहभागी होत.

त्यांनी नुकताच नॅशनल इन्शुरन्स कंपनीतल्या त्यांच्या मोठ्या पोस्टचा (मॅनेजमेंटशी काही मतभेद झाले म्हणून) राजीनामा दिला होता. ते एकदा 'गजरा'- रेकॉर्डिंगच्या ब्रेकमधे माझ्याशी गप्पा मारताना त्याबद्दल सविस्तर

नोकरीच्या 'रुटीन'ची चौकट मोडणारे सुरेश खरे

सांगत होते. मलाही माझ्या अडचणींविषयी सांगावंसं वाटलं. ते सहानुभूतीनं ऐकत होते, चौकशी करत होते, म्हणून मग मीही माझी व्यथा बोलून दाखवली. अभिनयाला अधिक वेळ, अधिक वाव मिळाला, अधिक मोकळीक मिळाली, कमी बंधनं, कमी दडपणं असतील; तर दुसरं एखादं डिपार्टमेंटसुद्धा- म्हणजे मार्केटिंग, सेल्स, पीआर, एचआर वगैरे - मला चालेल. पैसे (पगार) थोडे कमी मिळाले, तरी चालतील; पण नाटकं करण्यासाठी वेळ देता यायला हवा- असं काहीतरी मी बोललो. "तुम्हाला याबद्दल काय वाटतं?" असंही विचारलं. मग पुन्हा शूटिंग सुरू झालं.

थोड्याच दिवसांत खरेंनी मला ऑफर दिली. एक नवीन व्हिडिओ प्रॉडक्शन कंपनी सुरू करायची होती. नाव 'कॅलिडो'. त्यांचे मावसभाऊ फायनान्स, मार्केटिंग बघणार होते. "तू पार्टनर म्हणून येतोस का? नवीन क्षेत्र आहे. (त्यावेळी व्हिडिओ नुकतंच आलं होतं. अख्ख्या मुंबईत पाच की सहा ठिकाणीच व्हिडिओ एडिटिंग केलं जात होतं. त्यात एक एडिटिंग स्टुडिओ आमचा असणार होता.) बाकी तुला ॲक्टिंगसाठी हवी होती तशी अधिक मोकळीक मिळेल." असंही ते म्हणाले.

मी विचार केला. खरंतर, फार नाही केला. मला अधिक मोकळीक मिळणार आहे, शिवाय नवं क्षेत्र आहे - एवढा मोह, एवढं आव्हान मला माझी चांगली नोकरी सोडायला आणि अजून आकार घेत असलेल्या छोट्या, नव्या प्रॉडक्शन हाऊसमधे दाखल व्हायला पुरेसं होतं. अशी 'रिस्क' घेणं माझ्या स्वभावात नाही. पण मी घेतली. वडिलांना, बायकोला सांगितलं, दोघांचाही विरोध नव्हता, आणि नोकरीचा - त्याबरोबरच सायन्स फिल्डचाही - राजीनामा दिला!

हा माझ्या आयुष्यातला 'टर्निंग पॉइंट' होता. तो सुरेश खरे यांच्यामुळे आला. पुढची करिअर पूर्णपणे बदलली. नोकरीच्या जोखडातून मी मोकळा झालो.

आमच्या या 'कॅलिडो व्हिडिओ'नं केलेल्या कामात एरवी कल्पनासुद्धा न केलेले अनुभव घेता आले. वसंतराव देशपांडेंच्या मैफिलीची व्हिडिओ कॅसेट आम्ही काढली. दूरदर्शनवरच्या पहिल्या प्रायोजित, प्रचंड लोकप्रियता लाभलेल्या मालिकेच्या ('यह जो है जिंदगी') बहुतेक एपिसोड्सचं संकलन (एडिटिंग) आमच्याकडे झालं. दूरदर्शनवरचा लोकप्रिय मराठी 'चिमणराव' नॅशनल नेटवर्कवरून प्रसारित करण्यासाठी हिंदी मालिकेची निर्मिती केली. दिग्दर्शन राजदत्त, विनायक चासकर आणि विनय आपटे यांचं होतं. आमचं

'चिमणराव' हिंदी : राष्ट्रीय प्रसारण

गुंड्याभाऊ की बीमारी

'बडे भोले हो, चिमणराव, अब गौरसे सुनो, तरकीब बताता हूँ!'

कुटुंब- चिमणराव, काऊ, आई आणि गुंड्याभाऊ - तेच होतं. मराठी मालिकेतली चिमणरावाची मुलं मोरू आणि मैना आता तरुण झाल्यामुळे हिंदी मालिकेत वेगळी आली. चिमणराव आणि मंडळी राष्ट्रभाषेत बोलली. ही वेगळीच मजा! हिंदी चिमणराव मालिकेचे काही भाग प्रसारित झाले. पण पुढे दिल्लीत आमची डाळ शिजली नाही. (ती शिजायला लागणारं अनधिकृत 'इंधन' देण्यात आम्ही कमी पडलो.) मालिका अपुरी राहिली.

अण्णा हजारे आणि त्यांच्या 'राळेगणशिंदी'वर आम्ही लघुपट केला. गावाला व्यसनमुक्त, स्वच्छ, स्वयंसिद्ध करण्याचं अण्णांचं कार्य, त्यांचे विचार, त्यांच्या योजना हे सगळं त्या लघुपटात आहे. अण्णांची सैन्यातली पार्श्वभूमी दाखवायला त्यांना आर्मी युनिफॉर्ममध्ये कॅमेऱ्यासमोर थोडी अॅक्टींग करायलाही भाग पाडलं होतं. व्हिडिओ लघुपट, कार्यक्रम आम्ही बरेच केले. पण (हिंदी 'चिमणराव'मधे मी काम करूनसुद्धा) विशेष लक्षात राहिलेले, करताना खूप धमाल आली असे, 'प्रेस्टिजस' लघुपट म्हणजे क्रिकेट आणि बॅडमिंटन या खेळांवरचे मुलांसाठी केलेले शैक्षणिक लघुपट!

मी रहात होतो त्या शारदाश्रम हाऊसिंग सोसायटीच्या समोरच 'शारदाश्रम विद्या मंदिर' ही शाळा आहे. या शाळेनं आंतरशालेय क्रिकेट स्पर्धा ('गाईल्स शील्ड', 'हॅरीस शील्ड') गाजवलेल्या होत्या. मी त्यांचे क्रिकेट कोच रमाकांत आचरेकर सर यांना भेटलो. "मुलांसाठी करत असलेल्या क्रिकेटवरच्या लघुपटातल्या डेमॉन्स्ट्रेशन्ससाठी तुमची मुलं द्याल का?" अशी विचारणा केली. ते लगेच 'हो' म्हणाले. "पण प्रभावळकर, आमच्या शाळेला ग्राऊंड नाही हो. शिवाजी पार्कच्या ग्राऊंडवर आम्ही प्रॅक्टिस करतो. तिथे शूटिंग करावं लागेल." मग शिवाजी पार्कच्या क्रिकेट पिचवर हे शूटिंग झालं. लघुपटातल्या प्रात्यक्षिकांसाठी छोटा, नाजूक, गोरागोमटा, कुरळ्या केसांचा सचिन तेंडुलकर (वय वर्षं साडेबारा), विनोद कांबळी (वय वर्षं चौदा) आणि त्यांच्या अजिंक्य संघातल्या खेळाडूंनी कॅमेऱ्यासमोर आपलं कसब दाखवलं. आचरेकर सर त्या दोघांकडे बोट दाखवून म्हणाल्याचं आठवतंय, "तो डावऱ्या (कांबळी) आहे ना, तो स्टायलिश आहे, सिलेक्टर्सवर इंप्रेशन मारतो. पण तो तेंडल्या टेक्निकली पर्फेक्ट आहे."

शिवाजी पार्कवरचं शूटिंग झाल्यावर सचिन आणि विनोदसह टीममधली सगळी मुलं आमच्या माटुंग्याच्या एडिटिंग रूममधे आली होती. टीव्ही स्क्रीनवर आपण दिसतो कसे हे बघायला! क्रिकेटच्या लघुपटात दिलीप वेंगसरकर, संदीप पाटील आणि बलविंदरसिंग संधू यांनीही कॅमेऱ्यासमोर आपले स्ट्रोक्स

दाखवले. चेंबूरच्या आर.सी.एफ. स्टेडियममधे हे चित्रीकरण झालं.

बॅडमिंटनच्या लघुपटात प्रदीप गंधे यांची खूप मदत झाली. ते स्वत:च राष्ट्रीय स्तरावरचे उत्तम खेळाडू असल्यामुळे राष्ट्रीय स्पर्धेतल्या नामांकित खेळाडूंनाही त्यांनी प्रात्यक्षिकांसाठी आणलं. आणि सर्वात आनंदाची गोष्ट म्हणजे बॅडमिंटनचे सुपरस्टार (माझे आयडॉल) नंदू नाटेकर यांनीही आमच्यासाठी वेळ दिला.

क्रिकेट लघुपटाचं लेखन आणि दिग्दर्शन सुरेश खरेंचं होतं. बॅडमिंटनचं माझं. ‘कॅलिडो’ कंपनीच्या या प्रत्येक कामाचं आव्हान वेगळं आणि आनंद देणारं होतं. या कामाबरोबरच मी व्यावसायिक नाटकांचे प्रयोग, मालिकाही करू शकलो.

सात वर्षांनंतर (आर्थिक कारणांसाठी) ‘कॅलिडो’ व्हिडिओ कंपनीचं काम बंद करावं लागलं.

(सुरेश खरेंमुळे सोडलेल्या) नोकरीचं बंधन नसल्यामुळे पुढे मग अनेक वाटा माझ्यासाठी खुल्या झाल्या होत्या.

●

एकनाथ ठाकूर

'लगे रहो मुन्नाभाई' ही फिल्म सुपरहिट झाली. माझा गांधींचा रोलही वाखाणला गेला. 'इमेज' बनला. देशभरात 'गांधीगिरी'ची लाट आली. पुढचे काही दिवस सिनेमाच्या जाहिरातींबरोबरच गांधीगिरीच्या बातम्याही येत. या रोलच्या प्रसिद्धीमुळे काही निर्मात्यांनी, दिग्दर्शकांनी ऑफर्ससाठी फोन केले. भेटायला बोलावलं. मला 'गांधी' रोल पुन्हा करायचा नसल्यामुळे मी फोन आले तरी शक्यतो जायचं टाळलं.

पण एके दिवशी 'सारस्वत बँके'चे चेअरमन श्री. एकनाथ ठाकूर यांचा फोन आला, "भेटायला याल का?" श्री. एकनाथ ठाकूर हे बँकिंग क्षेत्रातलं मोठं नाव होतं. त्यांनीच स्थापन केलेल्या आणि ते अध्यक्ष असलेल्या 'नॅशनल स्कूल ऑफ बँकिंग'मधे आमची मिटींग झाली. आधी ते गाजत असलेल्या सिनेमाबद्दल, माझ्या भूमिकेबद्दल भरभरून बोलले. मग त्यांनी मला विचारलं, "आमच्या बँकेशी कधी संबंध आला आहे?" मला आठवलं... मी शाळेत असताना माझी आई मला माझ्या नावाचं अकाऊंट उघडायला दादर स्टेशनजवळच्या एका बँकेत घेऊन गेली होती. ती 'सारस्वत बँक' होती. त्यानंतर अनेक वर्षांनी मी जेव्हा माझी पहिली गाडी घेतली, तेव्हा या बँकेच्या

माहीम ब्रँचकडून लोन घेतलं होतं. आणखी काही वर्षांनी पुण्याला फ्लॅट घेतला, (आणि पैसे लगेच उभे करायचे होते) तेव्हाही याच बँकेनं अगदी कमी वेळात कर्ज दिलं होतं (म्हणूनच फ्लॅट मिळू शकला होता).

मी हे सांगितलं. ते म्हणाले, ''आपली आशियातली सर्वात मोठी सहकारी बँक आहे. तुम्ही या बँकेचे ब्रँड अँबॅसेडर व्हाल का?'' सहकारी बँकांच्या इतिहासात एखाद्या बँकेनं 'ब्रँड अँबॅसेडर' नियुक्त केल्याची ही पहिलीच घटना असणार होती. मलाही हा अनुभव नवीन होता. मला नकार देण्याचं काहीच कारण नव्हतं.

काय करायचं मी? माझा चेहरा, माझी इमेज बँक जाहिरातीसाठी, प्रमोशनसाठी वापरणार. शिवाय वेगवेगळ्या शाखांना भेट देऊन खातं उघडणाऱ्या ग्राहकांना आकर्षक पासबुकांवर स्वाक्षरी द्यायची. त्यांच्याशी बातचीत करायची. त्यांच्याबरोबर फोटो काढायचे. काही महत्त्वाच्या मीटिंग्जना हजर राहायचं. पण बँकेच्या नित्य कारभाराशी माझा संबंध नव्हता. एकूण 'स्टेटस'-दर्जा-मान बोर्ड ऑफ डायरेक्टर्सचा असतो तसा.

सारस्वत बँकेचा 'ब्रँड अँबॅसेडर' (त्याचं मराठीकरण 'भूषण अग्रदूत' असं केलं होतं.) म्हणून अधिकृतरित्या घोषित करण्याचा कार्यक्रम गोरेगावला हायवेजवळच्या नेस्को एक्झिबिशन सेंटरच्या भव्य प्रांगणात अगदी पेशवेशाही थाटात, तुतारीच्या निनादात झाला. बँकेचे 'कर्ता करविता'च असलेल्या ठाकूर सरांचं आयोजन म्हणजे भव्यदिव्य आणि नियोजनबद्ध. शिस्तीचं! (ह्याची प्रचिती मला नंतरही अनेकदा आली.)

'सारस्वत बँके'चे
एकनाथ ठाकूर

मला सुटाबुटात राहायचं होतं. (किंवा ब्लेझर.) हे माझं रूप मला नवीन होतं. सवयीचं नव्हतं. ह्यापूर्वी सूट माझ्या लग्नात रिसेप्शनला घातला होता! आणि एक दोन नाटकांमधे. माझ्या 'प्रमोशन व्हिजिट'ची व्यवस्था करण्यासाठी ठाकूरसरांच्या सूचना होत्या.

अशा जनसंपर्काची मला सवय नव्हती. कुठल्यातरी भूमिकेत/व्यक्तिरेखेत मी अधिक कंफर्टेबल असतो. पण इथे 'दिलीप प्रभावळकर' म्हणूनच प्रोजेक्ट व्हायचं होतं. बँकेच्या शाखांसाठी, नव्या खातेदारांसाठी बँकेनं स्लोगन ठरवलं होतं - 'नटश्रेष्ठ तुमच्या भेटीला-सर्वोत्तम बँक साथीला'.

त्या टाय, सुटाबुटाच्या (स्मार्ट) रूपात, व्यक्तिमत्त्वात माझी एक इमेज बनली. नेहमीच्या नॉन कमिटल, न्यूट्रल, सौम्य व्यक्तिमत्त्वापेक्षा ही वेगळी होती.

मला आठवतं, 'भूषण अग्रदूता'च्या भूमिकेत पहिल्याच मोहिमेवर मी बँकेच्या नव्या खातेदारांना भेटण्यासाठी कोल्हापूर शाखांमध्ये गेलो, तेव्हा प्रवेशद्वारापाशी (मला दचकवणारे) माझे दहा-बारा फूट उंचीचे कटआऊट्स - सुटातल्या वेशातले - लावले होते. मी गाडीतून उतरताच रस्त्यावर फटाक्यांच्या माळा लावल्या गेल्या. मग बँकेच्या प्रवेशद्वारातून आत शिरताच

ब्रँड अँबॅसेडर –
भूषण अग्रदूत
ही भूमिका म्हणजे
प्रचंड जनसंपर्काचा अनुभव

मला स्टाफमधल्या पाच सुवासिनींनी ओवाळलं. सुसज्ज ए.सी. केबीनमधे मी स्थानापन्न झालो. रांग लावलेल्या लोकांच्या (नव्या) पासबुकांवर द्यायच्या सह्यांसाठी टेबलावर पेन्सचा सेट ठेवलेला होता. माझ्याबरोबर त्यांचे फोटो काढण्यासाठी फोटोग्राफर तयार होता. शेजारच्या स्टुलावर ग्राहकांना द्यायच्या (बँकेनं तयार केलेल्या) माझ्या भूमिकांचे फोटो असलेल्या कॉफीटेबल बुक्सचे गठ्ठे होते. पूर्ण भानावर यायला, सेटल व्हायला आणि ब्रँड अँबॅसेडरचं बेअरिंग पकडायला मला काही मिनिटं लागली. केबीनच्या बाहेर रिसेप्शन हॉलपासून थेट फूटपाथ आणि रस्त्यापर्यंत भली मोठी रांग होती! रांगेतली मंडळी (आणि बँकेचा स्टाफसुद्धा) कुतुहलानं आणि उत्सुकतेनं मला न्याहाळत असल्याचं मला जाणवत होतं.

थोड्याफार फरकानं नव्या खातेदारांना भेटायचा असाच अनुभव आला. तऱ्हेतऱ्हेची माणसं एकगठ्ठा भेटली. पासबुकवर सही, आकर्षक कॉफी टेबल बुकची एक प्रत भेट आणि बँकेनंच नेमलेल्या फोटोग्राफरनं काढलेला फोटो! पण त्यानंतर बहुतेक प्रत्येकालाच माझ्याशी काही ना काही बोलायचं असे. ह्या साऱ्यांमधे तीन-साडेतीन तास चेहरा हसरा ठेवून सह्या देता देता अनोळखी लोकांशी गप्पा माराव्या लागत. कुठल्याही भूमिकेचा मुखवटा न घालता (स्वत:चीच बिनमुखवट्याची भूमिका बजावत) लोकांशी बोलायचं, त्यांना सामोरं जायचं – या अनुभवानं मला पेशन्स शिकवला, बहिर्मुख केलं.

घाटकोपरच्या एका प्रशस्त शाखेत रांगेतून क्रमानं येणाऱ्या एकेका खातेदाराशी मी बोलत असताना केबीनच्या पारदर्शक काचेवर थाप मारत एक व्यक्ती उभी असलेली पाहिली. ती तृतीयपंथी होती. त्याचे साथीदार बाहेर फुटपाथवर उभे होते. त्याला मला भेटायचं होतं. त्याचा आक्रमक, पण प्रेमळ आग्रह होता. बँकेच्या स्टाफची तारांबळ उडाली. शेवटी कोणीतरी येऊ दिलं. रांग मोडून तो आत आला. रांगेतल्यांनी दचकून त्याला जागा दिली. तो तृतीयपंथी म्हणाला, "तुला बघतो सिनेमाच्या पडद्यावर. तुला चाहतो आम्ही. तू आम्हाला क्येवढं दिलंय. तुझ्या आणि आमच्या खुशीसाठी तुला जेवायला घेऊन जायचं आहे. ते बघ माझे साथीदार उभे आहेत भायेर." त्यानं बोट दाखवलं. "तुझं काम कर. मी थांबतो." असं म्हणून तो केबीनच्या बाहेर गेला. काचेला टेकून उभा राहिला. शेवटी एका ऑफिसरबाईंनी प्रसंगावधान राखून त्याला पैसे दिले आणि "आधीच जेवणाचा कार्यक्रम ठरलाय आमचा. इथलं झालं की, लगेच निघायचंय.." वगैरे समजूत काढून त्याला बाहेर काढलं.

कोल्हापूरच्या एका पुढच्या व्हिजिटमधे नवं खातं उघडलेल्या एका

ज्येष्ठांनी केलेला भूषण अग्रदूताचा कौतुकसोहळा

सुदृढ जोडप्यानं आपल्या जाड्याजुड्या (ओव्हरवेट) जुळ्या मुलांना माझ्या मांडीवर बसवून बँकेच्या फोटोग्राफरकडून फोटो काढून घेतला. मला चेहरा हसरा ठेवावाच लागला. पुण्यातल्या एका ब्रँचमध्ये एका मुलीनं मला 'चौकट राजा' मधलं अख्खं गाणं साभिनय म्हणून दाखवलं. खातं उघडायला तिच्या घरातले सातजण आले होते. (मलाही सक्तीनं टेबलावर बोटांनी ठेका धरायला लागला!) तर सांगलीला एक गृहस्थ पूर्ण महात्मा गांधींच्या पोषाखात आणि रंगभूषेत केबीनबाहेरच्या खुर्चीवर, काठीचा आधार घेत तीन- साडेतीन तास - माझं ऑटोग्राफ सेशन संपेपर्यंत - बसून होते. शांतपणे, न बोलता. लंच टाईम झाल्यावर मला (लांबूनच) नमस्कार करून निघून गेले.

फक्त चौदा दिवसांच्या मुलीला घेऊन (तिच्या नावानं) अकाऊंट उघडायला आलेली तरुण आईसुद्धा लक्षात आहे. अकाऊंट उघडायला नाव लागतं, म्हणून त्या इवल्याशा मुलीचं बारसंही बँकेच्या स्टाफमधल्या एका बाईंनी तिथल्या तिथे केलं. माझ्या हातात त्या मुलीला देऊन खातं उघडायचे सोपस्कार पार पडले.

माणसांच्या अशा अनेक तऱ्हा बघायला मिळाल्या. बोलायला, ऐकायला उत्सुक अशी अनेक माणसं भेटली. हे एरवी शक्य झालं नसतं. 'फॅन्स'ची सवय होती, पण वेगवगळ्या शहरातले, नगरातले एवढ्या मोठ्या संख्येनं लोक भेटतील- तेही अगत्यशील हक्कानं - असं वाटलं नव्हतं. ठाकूर सरांना

सगळ्या 'व्हिजिट्स'चे अहवाल जायचे. नवीन अकाऊंट्स किती, रिस्पॉन्स कसा, वगैरे, त्यांचं बारीक लक्ष असायचं.

एकूण सात वर्षं मी सारस्वत बँकेचा ब्रँड अँबॅसेडर होतो. कलाक्षेत्रातल्या कामगिरीमुळे स्वत:च्याच एका वेगळ्या, बदललेल्या प्रतिमेचा अनुभव घेता आला. शेकडो लोकांशी संपर्क करता आला. एका मोठ्या बँकेची कार्यपद्धती पाहता आली आणि तितकंच महत्त्वाचं म्हणजे बँकेचे 'सर्वेसर्वा' ठाकूर सरांची भेट झाली. ओळख वाढली. त्रेचाळीस वर्षं कॅन्सरसारख्या दुर्धर आजाराशी झगडणाऱ्या, एका अत्यंत जिद्दी, प्रचंड ऊर्जा आणि दुर्दम्य इच्छाशक्ती असलेल्या, असामान्य शारीरिक आणि मानसिक क्षमतेच्या ठाकूर सरांच्या भव्य कल्पना ऐकणं, नियोजन पाहाणं हा आणखी एक अनुभव होता... मुंबईतल्या प्रभादेवी येथील 'सारस्वत बँक भवन'ची कुठल्यातरी मोठ्या अमेरिकन किंवा युरोपियन अद्ययावत बँकेच्या तोडीची इमारत आणि नावारूपाला आलेली, साठ हजार कोटींच्यावर बिझनेस असलेली, आशिया खंडातली ही सर्वात मोठी सहकारी बँक त्यांच्या कर्तृत्वाची साक्ष देते.

ठाकूर सर २०१५ साली गेले. 'सारस्वत बँक भवन'चं नाव आता 'एकनाथ ठाकूर भवन' असं आहे.

...सारस्वत बँकेचा सध्या कोणी 'भूषण अग्रदूत' नाही.

माझे संपादक प्रकाशक

रुइया कॉलेजला असताना कॉलेजच्या भित्तिपत्रकावर मी एक लेख लिहिला होता. नियमितपणे तो 'वॉल पेपर' वाचणारा मी सायन्सचा एकटाच विद्यार्थी असेन. त्यामधे रस घेणारी, लिहिणारी मुलंमुली आर्ट्सची होती. मग एकदा मी विनोदी विडंबनपर लेख लिहिला. त्याला सर्वोत्कृष्ट लेखनाचं बक्षीस मिळालं. तेव्हापासून, लिहायला हवं काहीतरी, असं वाटायचं; पण लिहून काही व्हायचं नाही.

'कॉलेज डे' ला एका सीनियर मुलानं 'कुणी गोविंद घ्या' नावाची विनोदी एकांकिका बसवली. त्यात दोन हिरो होते- गोविंद आणि गोपाळ. गोविंद तो स्वत: झाला. गोपाळच्या रोलसाठी मला घेतलं. कॉलेजच्याच आवारात उभारलेल्या सुसज्ज रंगमंचावर विद्यार्थ्यांच्या गच्च गर्दीपुढे या एकांकिकेचा प्रयोग धमाल रंगला. कॉलेजमधल्या पोरापोरींनी हशा-टाळ्यांनी उचलून धरला. मी स्टेजवर चड्ड्यापड्ड्याच्या नाईट ड्रेसमधे होतो. आमचे कपडे आम्ही तळमजल्यावरच्या लेक्चर हॉलमधे काढून ठेवले होते. शिट्ट्या आणि टाळ्यांच्या गजरात एकांकिकेचा पडदा पडल्यावर मी खुशीत आत आलो, तर माझे (काढून ठेवलेले) कपडेच चोरीला गेल्याचं दिसलं! रोषणाई केलेल्या

कॉलेजच्या गेटमधून मला (उजळ माथ्यानं, भाव खात, तोऱ्यात जाण्याऐवजी) जुनाट नाइटड्रेसमधे लपत छपत तोंड चुकवत जावं लागलं. ते चोरी प्रकरण त्यावेळी कॉलेजमधे गाजलं होतं, कारण नोटीस बोर्डावर 'एका विद्यार्थ्याची पँट कार्यक्रम चालू असताना हरवली आहे. कुणाला सापडल्यास कॉलेज ऑफीसमधे कळवावे.' अशी नोटीस लागली होती. त्यामुळे विद्यार्थ्याची पँट चोरीला जाण्याच्या घटनेला भलतीच प्रसिद्धी मिळाली!

हे एवढं विस्तारानं सांगायचं कारण, ही घटनाच माझ्या कथालेखनाला कारणीभूत ठरली. 'कॉलेज डे'ला पँट हरवल्याची माझी फजिती माझ्या चांगलीच लक्षात राहिली होती. पाच-सहा वर्षांनी मला, आपण एक कथा लिहिली पाहिजे, असं वाटलं; तेव्हा हा प्रसंग आठवला. ह्या घडलेल्या गमतीवर लिहायला हवं, असं म्हणताना एक कथाच आकाराला आली. हा फजितीचा प्रसंग तेवढा खरा. बाकीचं सगळं रचलं. सत्य आणि कल्पित. कॉलेजमधे नाटक करू पाहणाऱ्या एका भोट मुलाची कथा. नाव - 'नाटक'. त्यात कॉलेजातलं ऐतिहासिक नाटक संपल्यावर भालदाराच्या पोषाखात त्याला (मुलींच्या नजरा चुकवत) लपत छपत जावं लागतं - असा प्रसंग होता.

कथा पुरी झाल्यावर मी सहज म्हणून ती 'हंस-मोहिनी-नवल'चे संपादक आनंद अंतरकरांना दिली. अनपेक्षितपणे त्यांचं कथा खूप आवडल्याचं प्रोत्साहनपर पत्र आलं. (मी लिहिलेलं छापण्यालायक आहे, हा विश्वास मला आनंद अंतरकरांनी दिला!) पत्रात 'तुम्ही नट म्हणून मला परिचित होता. लेखनही करता, हे आता कळलं. विनोदी लेखन तुम्ही चांगलं कराल. काही लिहिलंत की, अवश्य पाठवा.' असं (उमेद वाढवणारं) लिहिलं होतं. त्या पत्राचं मोल खूप वाटतं. लेखनाचा सिग्नल पडला!

आनंद अंतरकर

माझी फार्मास्युटिकल कंपनीतली नोकरी मी (सुरेश खरेंनी वेगळी ऑफर दिल्यामुळे) सोडल्यानंतर खऱ्यांची भेट नेमानं- म्हणजे जवळ जवळ रोजच होऊ लागली. मी दादरहून आधी त्यांच्या घरी माहीमला जात असे. मग दोघे तिथून जवळच असलेल्या आमच्या

दिलीप माजगावकर

'कॅलिडो' या व्हिडिओ कंपनीच्या ऑफीसमधे जात असू.

एकदा असाच त्यांच्या घरी गेलो असताना 'माणूस' साप्ताहिकाचे संपादक आणि 'राजहंस'चे प्रकाशक दिलीप माजगावकर यांची भेट झाली. ते 'माणूस'साठी खरे लिहिणार असलेल्या मुलाखतींवरील लेखमालेविषयी चर्चा करायला आले होते. ओळख झाल्यावर गप्पांमधून 'चिमणराव' मालिका आणि नंतर आलेला चित्रपट याचा विषय निघाला. माजगावकरांनी मला 'माणूस' दिवाळी अंकासाठी 'चिमणराव' करताना आलेल्या अनुभवांविषयी सविस्तर लिहायला सांगितलं. "हे खूप इंटरेस्टिंग होईल, वाचकांना याविषयी वाचायला आवडेल." म्हणाले. माझ्याकडून कबूल करूनच घेतलं त्यांनी. त्यांचा 'चिमणराव'मधला इंटरेस्ट आणि लिहिण्याचा आग्रह खराखुरा आणि मनापासून वाटला. लेखकाला लिहितं करणाऱ्या या संपादकांविषयी विश्वास वाटावा, अशी काहीतरी ऊब, सौहार्द त्यांच्यामधे असल्याचं जाणवलं. मी 'लिहितो' म्हटलं. 'चिमणराव' विषयीच्या अनोख्या अनुभवांना उजाळा देणं तेही 'माणूस' दिवाळी अंकासाठी, हे एक्साइटिंगच होतं!

'चिमणरावाची डायरी' १९८२च्या 'माणूस' दिवाळी अंकात आली. त्या निमित्तानं माजगावकरांची ओळख झाली. पुढे केवळ ती संपादक-लेखक किंवा प्रकाशक -लेखक या नात्यापुरतीच न राहता त्याचं स्नेहात, आपुलकीच्या-मैत्रीच्या नात्यात रूपांतर झालं. 'राजहंस' प्रकाशनाशीही 'घरोबा' वाढला!

'चिमणरावाची डायरी'ची प्रुफं, सुधारणा इ. कारणांसाठी 'राजहंस' कार्यालयात बऱ्याचदा जाणं-येणं व्हायचं. एकदा माजगावकरांनी मला ऑफीस, प्रेस वगैरे विभागांमधून हिंडवून आणलं. प्रेसमधे त्यावेळी 'अक्षर' दिवाळी अंकाच्या छपाईचं काम चालू होतं. त्यावर देखरेख करत 'अक्षर'चा तरुण संपादक निखिल वागळे उभा होता. माजगावकरांनी निखिलशी ओळख करून दिली, "आमच्या 'माणूस'साठी लिहितो. चांगलं असतं. मोठ्या प्रमाणात वाचलं जातं."

त्यानंतर काही वर्षांतच निखिलनं मला गाठलं आणि स्तंभलेखनाच्या

दालनात नेलं! त्याच्यामुळे पुढे लेखनाला वेग आला, शिवाय सातत्य आणि विपुलताही.

निखिल वागळेचा पहिलाच 'अक्षर' दिवाळी अंक खूप नावाजला गेला. नित्य नव्या कल्पना डोक्यात घेऊन काम सुरू करणारा तो एक खऱ्या अर्थानं 'डॅशिंग' पत्रकार, संपादक. त्यानं क्रिकेटची अफाट लोकप्रियता, वेड, पॅशन लक्षात घेऊन 'षटकार' नावाचं क्रीडा पाक्षिक सुरू केलं. (संपादक म्हणून क्रिकेटर संदीप पाटीलला बोलावलं.) पहिल्या अंकापासूनच क्रीडाप्रेमी वाचकांनी - विशेषत: तरुण वर्गानं - ते उचलून धरलं. त्याचा खप वाढत गेला. निखिलने मला 'तुमच्याकडे एक महत्त्वाचं काम आहे' असं सांगून 'तुम्ही खेळांवर विनोदी कॉलम लिहा. नक्की चांगला होईल.' असा फार आग्रही प्रस्ताव मांडला. असं सदरलेखनाला जखडून घेणं मला जमणार नाही, नियमितपणे, वेळच्या वेळी लिहिणं खूप अडचणीचं होईल, असं मी परोपरीनं सांगायचा प्रयत्न केला. पण त्याचा आग्रह कायम होता. ''काही दिवस लिहून तर बघा कसं जमतं ते. त्यावर मग कॉलम चालू ठेवायचा की नाही ते ठरवू.'' असं सांगून त्याने मला 'लिहितो' म्हणायला लावलं. कॉलमचं नाव 'गुगली'. खेळाडूंच्या मैदानावरच्या आणि मैदानाबाहेरच्या लीलांवर विडंबनपर लेख लिहिणं मी सुरू केलं. (बऱ्याचदा क्रीडापत्रकार मला 'मसालेदार' बातम्या पुरवायचे.) संपूर्ण अंकात क्रीडापटूंवर (बहुतेक क्रिकेटर्सच) स्तुतीपर, कौतुकाचं लिहिलेलं असायचं. माझ्याच कॉलममधे त्यांच्या टोप्या उडवलेल्या असायच्या. अल्पावधीतच कॉलमला लोकप्रियता मिळाली. निखिल वागळेचा अंदाज बरोबर ठरला.

मग त्याच्याच प्रकाशनाच्या चित्र-नाट्य विषयाला वाहिलेल्या 'चंदेरी' पाक्षिकामधे मी 'झूम' नावाचं सदर लिहिलं. 'चंदेरी'चा कारभार मीना कर्णिक बघायची. (संपादिका रोहिणी हट्टंगडी) माझ्या सदरासाठी पाठपुरावा करण्याचं, विषय सुचवण्याचं काम मीना कर्णिकनं केलं.

निखिल वागळे

निखिलनं सुरू केलेल्या 'महानगर' सायंदैनिकात मी 'कागदी

बाण' नावाचं प्रासंगिक-स्तंभलेखनही केलं. (अशा तऱ्हेच्या सदराचा एक 'फील' घेण्यासाठी मी तेंडुलकरांचं 'कोवळी उन्हे', जयवंत दळवींचं 'ठणठणपाळ' आणि 'बिझी बी'- बेहराम कॉंट्रॅक्टर-याचं 'Round and About' पुन्हा वाचलं. दळवींच्या 'ठणठणपाळ'मधला विनोद, मिस्किलपणा मला फार आवडायचा.)

या माझ्या सगळ्याच सदरलेखनाची पुढे पुस्तकं झाली. (एकूण सात) त्यांना साहित्य पुरस्कारही मिळाले. निखिल वागळेला माझ्यातला (विनोदी लिहू शकणारा) स्तंभलेखक दिसला. या सदरांसाठी लागणारी व्यंग टिपणारी दृष्टी आणि लेखनशैली माझ्यात आहे, हे (माझ्याआधी) निखिलनं ओळखलं. मलाही विनोदी अभिनय करताना मिळायचा, तसा आनंद विनोदी लेखन करतानाही मिळाला! विषय मिळत गेले. सदर शेवटपर्यंत वाचकप्रिय राहिलं.

तोपर्यंत, लक्षात येईल असं काही साहित्य माझ्या गाठीशी नसताना मी खुसखुशीत, खिल्ली उडवणारा कॉलम सातत्यानं-दीर्घकाळ लिहू शकेन - असं निखिल वागळेला का वाटलं असेल?

'लोकसत्ता'च्या रविवार पुरवणीत मी सदर लिहावं यासाठी त्यांच्या ऑफीसमधून ओळखीच्या, बिनओळखीच्या स्टाफ मेंबर्सकडून मला फोन येत होते. त्यांचं सुवर्णमहोत्सवी वर्ष होतं. 'वर्षभरासाठी तरी लिहाच' असा आग्रह होता. मला अशी नियमित सदरलेखनाची जबाबदारी घेणं, ते वेळेवर लिहून होणं आणि 'डेडलाईन' सांभाळत इष्टस्थळी पाठवणं - हे सारं फार बंधनकारक वाटत असल्यामुळे मी जमणं शक्य होणार नाही, म्हणत राहिलो. कारण त्यावेळी माझे नाटकाचे प्रयोग आणि इतर कार्यक्रम, मधेच कधी शूटिंग - असं सगळं चालू होतं. लेखन कधी करणार?

डॉ. अरुण टिकेकर

एके दिवशी अचानक संपादक डॉ. अरुण टिकेकर माझ्या (दादरच्या) घरीच येऊन दाखल झाले! तोपर्यंत माझी त्यांच्याशी तशी प्रत्यक्ष ओळखही नव्हती. ते मला लिहिण्याची विनंती करायला स्वत: आले होते. हे म्हणजे मला फारच अवघडल्यासारखं झालं! चहापाणी

आणि गप्पा झाल्यावर निघताना ते ''मग तुम्ही लिहिताय-'' असं म्हणाले. त्यांना मी 'नाही' म्हणू शकलो नाही. कॉलम सुरू करावाच लागला.

रोजनिशीच्या फॉर्ममधे मी ते सदर लिहिलं. नाव 'अनुदिनी.' एकाच कुटुंबातली (तीन पिढ्यांतली) पाच माणसं. कुटुंबप्रमुख शेखर, त्याची 'हाऊस वाइफ' बायको श्यामला, कॉलेजात जाणारी मुलगी शलाका, शिक्षण पुरं केलेला नोकरी शोधणारा मुलगा श्रीलेश उर्फ शिऱ्या आणि वृद्ध वडील आबा. दर रविवारी एका व्यक्तीच्या रोजनिशीतली पानं. सभोवताली घडणाऱ्या घटनांवरचं (मध्यमवर्गीय) भाष्य. राजकीय, सामाजिक, क्रीडाविषयक, सांस्कृतिक घडामोडींविषयी त्यांच्या दृष्टिकोनातून केलेली मिस्किल मल्लीनाथी. काय लिहिलं जायचं, ते कोण लिहितंय यावर अवलंबून असायचं. (खरं म्हणजे, लिहिताना केलेले ते पाच रोल्स होते!)

त्याचं मग पुस्तक झालं. त्याच 'अनुदिनी' नावाचं.

रोजनिशींमधल्या पानापानांमधे दृश्यात्मकता आली असावी, कारण दिग्दर्शक केदार शिंदेला त्यात 'मालिका' दिसली - 'श्रीयुत गंगाधर टिपरे'.

'लोकसत्ता'च्या संपादकीय विभागातून येणाऱ्या फोन्सना, तगाद्यांना मी दाद दिली नसती. डॉ. अरुण टिकेकर घरीच आले, म्हणून हे सदरलेखन (मग त्याचं पुस्तक, तीन वर्षांहून अधिक काळ चाललेली त्यावरची लोकप्रिय टीव्ही मालिका, त्यातली गाजलेली आबांची भूमिका - हे सारं -) शक्य झालं. हा मोठाच अनुभव!

माझ्या अभिनयप्रवासाबद्दल, मी केलेल्या भूमिकांबद्दल मी लिहावं - असा मीना कर्णिकनं लकडा लावला होता. मला वेळ मिळत नव्हता म्हणा किंवा एवढ्या मोठ्या (चाळीस वर्षांच्या) 'स्पॅन'बद्दल लिहिण्याच्या व्यापाचं दडपण वाटत होतं म्हणून म्हणा, मी 'करूया करूया' म्हणत होतो. मग तिने विनंती करून मला 'बोलतं' केलं. म्हणजे, हे सगळं सुचेल, आठवेल तसं बोलायला सांगितलं. आमची 'सेशन्स' झाली. रेकॉर्डर समोर ठेवून आणि कागद - पेन घेऊन ती बसत असे. दहा-बारा ऑडियो कॅसेट्सवर माझं रेकॉर्डिंग झालं. मग त्या ऐकून शब्दांकन केलं गेलं. मी नाटकांच्या, चित्रपटांच्या अजूनही जपून ठेवलेल्या संहितांचा आणि त्या त्या वेळच्या परीक्षणांचा मला उपयोग झाला. महत्त्वाच्या वाटणाऱ्या अनेक भूमिकांबद्दल आणि त्या त्या नाटक, सिनेमा, मालिका यांबद्दल मी बोललो.

हे जे शब्दांकन झालं, त्यावरून मी 'महानगर' दैनिकात लेखमाला लिहू लागलो.

त्यावेळी डॉ. नरेन्द्र दाभोलकर यांना 'साधना'साठी अशी लेखमाला माझ्याकडून हवी होती. डॉ. लागूंची लेखमाला नुकतीच संपली होती. ''त्याजागी मला तुमचे लेख छापायचे आहेत. लगेच द्या.'' या त्यांच्या आग्रहामुळे मग ते लेख क्रमानं 'साधना'मधेही नियमितपणे येऊ लागले. 'छान चाललीये लेखमाला'. 'आमच्याकडे येणाऱ्या पत्रांमधे वाचक आवर्जून सांगतात...' 'प्रत्येक भूमिकेचं विश्लेषण आवडतं.' अशा त्यांच्या शेऱ्यांमुळे मलाही हुरूप येत असे.

विविध भूमिका करताना त्या त्या वेळच्या तयारीविषयी, मला झालेल्या आकलनाविषयी, कलाविष्काराच्या प्रक्रियेविषयी, आलेल्या आगळ्या अनुभवांविषयी, केलेल्या विचारांविषयी मी (आधी सांगत आणि त्यावरून मग-) लिहीत गेलो. हे सगळं शक्य करणाऱ्या मीना कर्णिक आणि वेळोवेळी दाद (आणि शाबासकी) देणाऱ्या डॉ. दाभोलकर यांच्यामुळे एका नटाची ही प्रदीर्घ आत्मकथा चिकाटीनं आणि उत्साहानं लिहिली गेली.

लेखमाला लिहून झाल्यावर त्याचं पुस्तक मीना कर्णिकनं मनावर घेऊन त्यांच्या 'अक्षर' प्रकाशनातर्फे काढलं. 'एका खेळियाने'. कुठून कुठून माझ्या भूमिकांचे (मलाही माहीत नसलेले) फोटो मिळवून भरगच्च करून तिनं 'एका खेळियाने' सांगोपांग सजवलं.

एखाद्या अभिनेत्यानं आपल्या भूमिकांविषयी केलेल्या विस्तृत नोंदींचं असं पुस्तक आपल्याकडे अपवादानंच आलं असेल. म्हणून ती कल्पना माझ्या गळी उतरवून हे महत्त्वाचं पुस्तक लिहवून घेणाऱ्या मीना कर्णिक आणि निखिल वागळे यांना श्रेय द्यावंसं वाटतं.

माधव कुलकर्णी

कुमार साहित्यातला नवा हिरो 'बोक्या सातबंडे' निर्माण झाला आकाशवाणीवरील निर्माते माधव कुलकर्णींच्या प्रेमळ हट्टामुळे. एक यशस्वी नभोनाट्यांची मालिका मुलांसाठी लिहिली, या समाधानात मी होतो. या 'बोक्या' श्रुतिकालेखनाचं पुढे काही होईल, असं त्यावेळी डोक्यात काहीच नव्हतं. पण नित्य नवं काही शोधणाऱ्या दिलीप माजगावकरांना 'बोक्या'ला कथांमधे आणता येईल,

असं वाटलं. 'पुस्तकांच्या दुकानात कुणी श्रुतिकांचं पुस्तक मागणार नाही. तुम्ही याच्या कथा करा. चांगल्या होतील.' असं ते म्हणाले. अनुभवी संपादक - प्रकाशक (शिवाय स्नेही) माजगावकरांचा आग्रही सल्ला-कम-आदेश मी मानला. कामाला लागलो.

पंधरा श्रुतिकांवरून मी संवादप्रधान कथा लिहिल्या. 'रेडिओ प्लेज'साठी असलेली श्राव्य माध्यमाची काही बंधनं, मर्यादा नसल्यामुळे 'बोक्या'च्या गोष्टी अधिक फुलवायला, रंगतदार करायला वाव मिळाला.

'राजहंस'नं काढलेलं 'गुगली' पुस्तक बाजारात आलेलंच होतं. (त्याला राज्य साहित्य पुरस्कारही मिळाला होता.) प्रकाशनाची दर्जेदार मूल्यं असलेले 'बोक्या सातबंडे'चे (प्रत्येकी पाच कथांचे) तीन भाग प्रकाशित झाले आणि त्याला बालवाचकांचा उदंड प्रतिसाद लाभला. (सध्या बावीसावी आवृत्ती चालू आहे.) त्यानंतर मग ओळीनं दहापर्यंत पुढचेही भाग झाले. त्या पुढच्या भागांच्याही आवृत्त्या झाल्या. (सगळ्या मिळून चाळीस.) त्या निमित्तानं (थांबत, थबकत का होईना) आणखीही काही लिहिणं चालू राहिलं. 'बोक्या' धरून एकूण सतरा पुस्तकं 'राजहंस' प्रकाशननं प्रसिद्ध केली.

अभिनेता म्हणून आधी माझी ओळख होती. 'लेखका'चं लेबल 'राजहंस'मुळे लागलं.

...एक मात्र लक्षात आलंय, नव्या पुस्तकाच्या प्रकाशनाचा आनंद नव्या आव्हानात्मक नाटकाच्या शुभारंभाच्या आनंदापेक्षा (काकणभर) सरस असतो आणि पुस्तकाच्या नव्या आवृत्तीच्या स्वागताचं समाधान हे नव्या चित्रपटाच्या समाधानापेक्षा (कणभर) जास्त असतं!

●

चित्रेकाका

मी नाटिका-एकांकिका लिहिल्या होत्या, टीव्हीवरच्या 'गजरा' कार्यक्रमांसाठी प्रहसनं लिहून त्यात अभिनयही केला होता; पण नाटक लिहिलं नव्हतं. अतिशय भिन्न भूमिका ज्यात करता येतील (आणि प्रेक्षकांना चकित करता येईल), असं एखादं नाटक लिहावं, असं वाटायचं. त्या ऊर्मीतून 'हसवाफसवी' लिहिलं गेलं. आधी एकमेकांशी काहीच साधर्म्य नसलेल्या व्यक्तिरेखा ठरवल्या आणि मग त्यांना जोडणारं सूत्र शोधत बसलो. वामन केंद्रे, प्रतिमा कुलकर्णी या मोठ्या दिग्दर्शकांनाही मी ही कल्पना सांगून त्यांना एकत्र कसं बांधावं या समस्येत अडकल्याचं सांगितलं. तेही लगेच काही सांगू शकले नाहीत. मुंबईहून पुण्याला काही कामानिमित्त गेलो असताना पु.लं.ना भेटायला गेलो होतो, त्यांनाही उत्साहानं आणि हातघाईवर आल्यासारखा हा प्रश्न विचारला. नाटकाची कल्पना सांगितली, त्यांनी 'फ्लॅशबॅक'मधे एक नट स्वतःचे रोल्स बघतो - असं काही सुचवलं. ते काही मनात मूळ धरेना.

पण शेवटी नाटक उभं राहिलं. चिमणराव, प्रिन्स वाटुंग पिन पिन, नाना पुंजे, दीप्ती प्रभावळकर-पटेल-लुमुंबा, बॉबी मॉड आणि वृद्ध गायक नट कृष्णराव हेरंबकर अशा चित्रविचित्र व्यक्तिरेखांना

जोडणारं सूत्र सुचलं. नाटक कसं लिहू नये - याचा वस्तुपाठ! पण ते तसंच लिहिलं गेलं आणि रंगमंचावर आलं.

नाटकाची निर्मितीही आपणच करायचं ठरवलं. लेखक, दिग्दर्शक, नाटकात सहा भूमिका आणि निर्माताही! एक वेगळा प्रयोग आणि एकाच नाटकात वेगवेगळ्या भूमिका करायची हौस - हे या नाटकाचं उद्दिष्ट असल्यामुळे माझी प्रयोगांची अपेक्षाही माफक होती. रोटरीसारखे क्लब्स, मंडळं, नाट्यशिबिरं आणि संस्था यांच्यासाठीच प्रयोग होऊ शकणार होते. हे असे प्रयोग ठरवण्यासाठी, व्यवस्था आणि व्यवहार सांभाळण्यासाठी (जे मला अजिबात जमलं नसतं. मला त्याची फारशी माहिती नव्हती आणि रसही नव्हता.) नाटकांची मॅनेजमेंट बघणारे ज्येष्ठ आणि अनुभवी व्यवस्थापक अरविंद चित्रे (चित्रेकाका) यांना मी बोलावलं.

'कॉंट्रॅक्ट शोज' मिळू लागले. सुरुवातीला हे गणेशोत्सवात असत. तिथे उपलब्ध असलेल्या उत्सवातल्या रंगमंचावर आम्ही प्रयोग करायचो. दाद, प्रतिसाद कमालीचा होता; पण मानधन माफक असे. त्यांचं बजेट कमी आणि आमचं नवं आणि 'प्रायोगिक' नाटक! नावावरून काही कळत नव्हतं! रंगमंचावर नाट्यगृहांसारख्या सोयी नसायच्या. पण क्वचित कधी एखाद्या संस्थेचा कॉंट्रॅक्ट शो मोठ्या थिएटरमधेही व्हायचा. एकूण काय, कष्ट, मेहनत खूप, रिस्पॉन्स जबरदस्त, पैसे कमी!

एकदा असाच एका संस्थेनं घेतलेला एक कॉंट्रॅक्ट शो गिरगावातल्या

'हसवाफसवी'चे
तिकीटविक्रीचे प्रयोग
सुरू करणारे चित्रेकाका

साहित्य संघ मंदिरात होता. उत्तम रंगलेला प्रयोग संपल्यावर मी स्टेजच्या वरच्या बाजूला असलेल्या कपडेपटातल्या खोलीत घामानं निथळत सहाव्या (कृष्णराव) भूमिकेचे कपडे उतरवत होतो. तिथे भिंतीलगतच्या एका मोठ्या टेबलावर सतरंजी अंथरून चित्रेकाका विश्रांती घेत पडले होते. "छान झाला ना प्रयोग? इथे टाळ्या, हशा ऐकू येत होता." ते म्हणाले. म्हटलं 'हो'. ते एकदम उठून बसले आणि मला म्हणाले, "हे नाटक व्यावसायिक पद्धतीनं चालवू. याचे तिकीटविक्रीचे प्रयोग व्हायला हवेत. नाटक नक्की चालणार." मी लगेच 'नाही' म्हटलं नाही. पण साशंक होतो. तिकिटं काढून लोक येतील हे नाटक बघायला?

माझ्याबरोबर नाटकात रमाकांत देशपांडे आणि डॉ. हेमू अधिकारी (आलटून पालटून) रोल करायचे. त्यांनाही मी सांगितलं, "चित्रेकाका प्रोफेशनली रन करायचं म्हणतायत. त्यांना खात्री आहे." दोघांनीही म्हटलं, "या नाटकाचं काही सांगता येत नाही. पण ते म्हणतायत, तर लावू दे प्रयोग त्यांना. करूया."

पुण्याच्या 'टिळक स्मारक मंदिर' इथे आमचा तिकीटविक्रीचा पहिला प्रयोग झाला. त्या दिवशी नेमका पुण्यात रिक्षांचा संप होता. तरीही आमचं बुकिंग चांगलं झालं. मला वाटलं, झालं असेल नशिबानं या प्रयोगाला. एखाद्या प्रयोगाला होतं असं चांगलं. तिकीटविक्रीच्या प्रयोगाची हौस भागली. पण चित्रेकाका कॉन्फिडंट होते. "हे नाटक चालणार. बुकिंग वाढणार, बघा तुम्ही." म्हणाले.

आणि ते खरंच वाढलं. 'हाऊसफुल्ल'चे हार घातलेले बोर्ड लागायला लागले. त्यानंतर मग मेकअपरूममधे धावत येऊन कुणीतरी सांगायचा - चित्रेकाकांनी बुकिंग विंडोवरून निरोप दिलाय, आज पु.लं. आणि सुनीताबाई नाटकाला आले आहेत. मग एकदा - आज भीमसेन जोशी नाटक बघणार आहेत. माझ्या पोटात खड्डा पडायचा. माझ्या बाकीच्या भूमिकांचं एवढं काही वाटायचं नाही, पण सहाव्या एकोणनव्वद वर्षांच्या कृष्णरावांच्या भूमिकेत माझं गाणं होतं. 'प्रिये पहा'. त्यांच्यासमोर गाणं कसं म्हणू? गाण्याची तयारी, रियाज सोडा, मी साधं शिकलोही नव्हतो गाणं. अशा वेळी स्टेजवरच्या मोनिकानं मला 'सौभद्र'मधल्या त्या गाण्याचा आग्रह केला की, "आता पूर्वीसारखा आवाज लागत नाही. एकेकाळच्या वैभवाचे आता भग्नावशेष उरले आहेत..." ही वाक्यं कापऱ्या आवाजात म्हणताना आपलं अभिनयाचं कसब मी पणाला लावत असे! म्हणजे, गाण्यात कमीजास्त काही झालं तर ते वयामुळे, (गाणं न शिकल्यामुळे नाही!) असं समोरच्यांना वाटावं - याची सोय करून ठेवत

नाटकाला मिळणारा प्रतिसाद चकित करणारा होता!

असे. दिग्गजांपुढेही ते गाणं (आणि भूमिका) निभावून नेत असे.

मुद्दाम हे नाटक बघायला श्री.ना. पेंडसे आले, विजय तेंडुलकर आले, सत्यदेव दुबे, निळू फुले, अमरीश पुरी, परेश रावळ हेही आले. माझे त्यावेळचे 'आयडॉल' बॅडमिंटन सुपरस्टार नंदू नाटेकर, सुनील गावस्कर हे नाटकाविषयी ऐकून बघायला आले. अशावेळी माझी रंगपटात धावपळ चालायची तशीच धावपळ बाहेर या व्हीआयपींची बसण्याची व्यवस्था लावण्यासाठी चित्रेकाकांची चालायची.

सत्यदेव दुबे दुसऱ्यांदा नाटक बघायला आले, हे कळल्यावर मी चित्रेकाकांना "एवढं आवडलं त्यांना?" विचारलं, त्यावर चित्रेकाका म्हणाले, "ते त्यांच्या विद्यार्थ्यांना घेऊन आलेयत, त्यांनी नाटक 'स्टडी' करावं म्हणून. 'मुलं तिकिटं काढूनच बघतील. त्यांना परवडतील अशी तिकिटं द्या मागच्या रांगेतली. मी

त्यांच्याबरोबर बसणार आहे' असं म्हणतायत.'' दुबेंचा हट्टच होता. त्यांना पुढच्या रांगेतल्या सीट्स नकोच होत्या. चित्रेकाकांनी कमी दराची मागची तिकिटं दिली! दुबे नाटकाच्या प्रेमात होते. एकदा पृथ्वी थिएटरच्या संजना कपूर यांचा मला फोन आला. दुबेंच्या पंच्याहत्तरीनिमित्त पृथ्वी थिएटरमध्ये सत्कारसोहळा होता. त्यात 'हसवाफसवी'मधली दोन पात्रं करण्यासाठी मला खास दुबेंच्या आग्रहाखातर बोलावून घेतलं.

डॉ. लागू नाटक बघायला आले तो किस्सा सांगण्यासारखा आहे. चित्रेकाकांनी मेकअपरूममधे येऊन ''डॉक्टर लागू येतायत.'' असं (किंचित) हसून म्हटलं. (एक्साईटमेंट असली तरी त्यांच्या चेहऱ्यावर दिसायची नाही.) मला टेन्शनच आलं. डॉक्टर एंजॉय करतील का हे नाटक? (डॉक्टर इतर प्रेक्षकांबरोबर - खो खो हसतायत - असं डोळ्यासमोर येईना.) त्यांच्या उपस्थितीचं आजूबाजूच्या प्रेक्षकांवर दडपण तर नाही येणार? - असं काही काही डोक्यात येत होतं.

पण डॉक्टर नाटक संपल्यावर आत आले. ते भारावले होते. त्यांनी मला मिठी मारली. मेकअपरूममधल्या गर्दीत उभे असलेले चित्रेकाका हे पहात होते.

५००व्या प्रयोगाचा आनंद साजरा करणारे व्यवस्थापक!

त्यांनी केलं काय, दुसऱ्या दिवशीच्या आमच्या नाटकाच्या जाहिरातीत आपली कल्पनाशक्ती लढवून ही बातमीच छापली. तीही अशी- 'ही अफझलखानाने शिवाजीला मारलेली मिठी नाही. एका कलाकाराने दुसऱ्या कलाकाराला (कौतुकाने) मारलेली मिठी आहे.' मला भल्या सकाळी माझे सहकलाकार डॉ. हेमू अधिकारींचा फोन आला, "अरे, जाहिरात पाहिलीस का? काय लिहिलंय हे!" मी जाहिरात पाहून दचकलो. चित्रेकाकांना फोन केला. माझी नापसंती नोंदवली. मग लगोलग (जाहिरातीतले अफझलखान-) डॉ. लागूंना फोन करून 'सॉरी' म्हटलं, पण त्यांना काही वाटल्याचं दिसलं नाही. 'होतं असं' असं ते समजुतीनं म्हणाले!

चित्रेकाकांमुळे हे नाटक अनेक शहरांमधे- अनेक प्रेक्षकांपर्यंत - अगदी राज्याच्या बाहेरही गेलं. हजारो प्रेक्षकांच्या प्रतिसादाचा अनुभव मला मिळाला. चित्रेकाकांच्या नाटकावरील विश्वासामुळे आणि प्रेमामुळेच हे शक्य झालं. मुळात हे नाटक व्यवसाय करू शकतं, याचे तिकीटविक्रीचे प्रयोग होऊ शकतात - हे चित्रेकाकांनीच दाखवून दिलं. थिएटरची बुकिंग्ज, प्रयोगव्यवस्था, आयत्यावेळी काही अडचण आली तरी त्यातून मार्ग काढणं, प्रयोग ठरवणं, हे सगळं शांत आणि संयमी चित्रेकाकांनी बिनबोभाट केलं.

हा माझा एकपात्री शो नव्हता. इतर पात्रंही होती. माझ्याबरोबर रमाकांत देशपांडे काम करायचे. ते नसले की, डॉ. हेमू अधिकारी यायचे. डबल कास्टिंग होतं. अमेरिकेच्या महत्त्वाकांक्षी दोन महिन्यांच्या दौऱ्यात हेमू अधिकारी होते. मग पुढे रमाकांत देशपांडेंना प्रकृती अस्वास्थ्यामुळे प्रयोग करणं जमेना. डॉ. हेमू अधिकारीही भाभा अणूसंशोधन केंद्रात असल्यामुळे त्यांना दरवेळी प्रयोगासाठी वेळ काढणं अडचणीचं होऊ लागलं. तेव्हा मग ते नसतील, तेव्हा काम करण्यासाठी चित्रेकाकांनी लीलाधर कांबळींना आणलं. हा त्यांचा फारच चांगला निर्णय होता. पुढे सर्वात जास्त प्रयोग माझ्याबरोबर कांबळींनी केले. चित्रेकाका (आणि त्यांच्या जोडीला प्रभाकर सावंत) चोख व्यवस्थापन करत असल्यामुळे मी निर्धास्तपणे माझ्या नाटकात फक्त अभिनयावर लक्ष केंद्रित करू शकलो. बाकी सगळी जबाबदारी त्यांनी घेतलेली असे. मी व्यवस्थापनाकडे लक्षच देत नसे.

साडेसातशे प्रयोगांनंतर नाटक थांबवायचा निर्णय मी घेतला. नाटकाला मिळणारा प्रतिसाद बघता हजार-बाराशे प्रयोग सहज होऊ शकले असते. पण मला वाटलं त्यातला ताजेपणा असतानाच बंद करावं. (विजय मर्चंट यांचं क्रिकेटपटूंच्या निवृत्तीबद्दलचं ते प्रसिद्ध वाक्य "People should ask you 'why' and not 'when'.'') चित्रेकाकांना हे पसंत नव्हतं. चालणारं नाटक थांबवणं हा वेडेपणा होता. पण विरोध दाखवणं त्यांच्या स्वभावात नव्हतं. त्यांनी माझं ऐकलं, साडेसातशेव्या प्रयोगानिमित्त चित्रेकाकांनी आपली नाराजी बाजूला ठेवून मोठी पार्टीही दिली. नाटक थांबलं.

..'हसवाफसवी' हे नाटक माझं होतं, पण त्याचं पालनपोषण चित्रेकाकांनी केलं.

●

जयवंत दळवी

सुरुवातीच्या काळात - आणि नंतरही - पुलंच्या साहित्याचा माझ्यावर खूप प्रभाव पडला हे खरं. पण मग जयवंत दळवी भेटले. साहित्यातून आणि प्रत्यक्ष. त्यांच्याकडे जाणं झालं. पत्रव्यवहार झाला. त्यांच्या लेखनाचे - विनोदी लेखनाचे - संस्कार झाले. त्यातला मिस्कीलपणा भावला; आणि त्यांच्या 'नातीगोती' आणि 'संध्याछाया' नाटकांमध्ये केलेल्या प्रमुख भूमिकांच्या निमित्ताने मतिमंदांच्या आणि वृद्धांच्या व्यथांना भिडता आलं. या नाटकांमुळे पुढे काही संस्थांशी संबंध आला, येत राहिला आणि आजतागायत टिकून राहिला. या सगळ्याला अप्रत्यक्षपणे जयवंत दळवी कारण होते.

कादंबऱ्यांमधले दळवी वेगळे वाटत, 'सारे प्रवासी घडीचे', 'ठणठणपाळ'मधले आणखी वेगळे आणि विविध नातेबंध दाखवणाऱ्या, अनेक बारकावे टिपणाऱ्या त्यांच्या नाटकातले तर अजून वेगळे. हे सारं लेखक म्हणून त्यांच्याबद्दल कुतूहल वाढवणारं होतं. हा साहित्यिक प्रत्यक्षात कसा असेल, असं वाटत राही. ते इतक्या सहजपणे भेटतील, किंवा वारंवार प्रत्यक्ष होत गेलेल्या भेटीतून स्नेह वाढत जाईल असं वाटलं नव्हतं. सुरुवात त्यांच्याशी ओळख होण्यापासून झाली...

जयवंत दळवी

जयवंत दळवी भवानी शंकर रोडवर आमच्याजवळ राहायला आले, असं कानावर पडलं तेव्हाच ठरवलं, एकदा कधीतरी या लेखकाची भेट घ्यायची. त्याला जवळून पाहायचं, एकाच वेळी सुन्न करणाऱ्या कादंबऱ्या आणि महामिस्किल ठणठणपाळ लिहिणारा साहित्यिक प्रत्यक्षात आहे कसा, बोलतो कसा हे पाहायची खूप उत्सुकता होती.

मग एकदा रवी पटवर्धनबरोबर त्यांच्या घरी गेलो. ओळखबिळख झाल्यावर ते खूप मोकळेपणाने बोलले. विचारपूस केली. बरेच प्रश्न विचारले. चहापान झालं. त्यांचं आदरातिथ्य आणि वागण्यातला बिन-साहित्यिकपणा पाहून मीही निर्धास्त झालो. दळवी आमचं बोलणं खूप गंभीरपणे ऐकतायत असं वाटलं. तेवढं गंभीरपणे बोलण्यासारखं आमच्याकडे काही नव्हतं. निघताना 'येत चला' म्हणाले.

त्यानंतर अनेकदा त्यांच्याकडे जायचा मोह व्हायचा; पण सतत जाणं किंवा उगाच जाऊन गप्पा मारत बसणं मी टाळत आलो. त्यापेक्षा रस्त्यावर जाता-येता त्यांना आपल्याच नादात चाललेले पाहणं बरं वाटायचं. दुसऱ्या फुटपाथवरून चालत असलेल्या दळवींचे हात (रिकामे असल्यास) जरा जास्तच वर-खाली केल्यासारखे वाटत. परेड केल्यासारखे चालणाऱ्या, आपल्या विचारात असलेल्या दळवींना लांबून पाहण्याची मला सवयच लागली. हे शांत आणि निर्विकार चेहऱ्याने सगळं पाहत चाललेत, टिपत जातायत असं वाटायचं.

एकदा त्यांना दादर मासळी बाजारात अबोलपणे एका कोळणीकडे मासे घेताना पाहिलं. कोळणी सगळ्या रांगेने उंचावर - म्हणजे चौथऱ्यावर बसलेल्या. दळवींनी पिशवी पुढे केली. मी पलीकडच्या एका कोळणीच्या आडून पाहत होतो. हे गप्पा मारतात का, कसे दिले, ताजे आहेत का वगैरे काही बोलतात का, कोळणीबरोबर वाद घालतात का हे मला पाहायचं होतं. पण काही नाही. दळवी कसलीही घासाघीस न करता मासे घेत होते. त्यांनी दोन बोटं दाखवली.

ती दोन सरंगे दे म्हणून होती की वीस रुपये देतो म्हणून होती कळलं नाही. शांतपणे ते घेऊन निघाले. कोळणीचा चेहरा मात्र नेहमीच्या गिऱ्हाइकाबरोबर बोलताना असतो तसा प्रेमळ हसरा होता.

पंच्याहत्तर साली १४ ऑगस्टला त्यांना पन्नास वर्षं पुरी होणार हे मला कळलं होतं. त्यावेळी त्यांचा वाढदिवस फारच थोड्या लोकांना माहीत होता. त्यांनीच तो कुणाला कळू दिला नव्हता. मी छानसा पुष्पगुच्छ घेऊन गेलो. सोबत एक पत्रही होतं. दळवींना घरी कुणी येईल याची कल्पना नसावी. ते आरामात आरामखुर्चीत पेपर वाचत बसले होते. माझ्या (नेमक्या दिवशी) येण्याचं त्यांना आश्चर्य वाटलेलं दिसलं. ते काहीसे अवघडले. चहापान झाल्यावर मी निघालो. त्यांनी पुन्हा पुन्हा आभार मानले. मग काही दिवसांनी त्यांचं पत्र आलं.

'प्रिय दिलीप प्रभावळकर यांस

स.न.

माझ्या जन्मदिनासंबंधी मी हेतुपुरस्सर गुप्तता राखतो. घरच्या घरीसुद्धा मी काही करत नाही, घरच्यांना करू देत नाही. त्यामुळे १४ तारखेस मी माझा जन्मदिवस विसरून स्वस्थ वर्तमानपत्रे वाचत बसलो होतो. तेवढ्यात तुम्ही मला मोठा पुष्पगुच्छ घेऊन आलात आणि त्याहीपेक्षा अधिक सुरेख असे पत्र!... तुमचे हे पत्र एक उत्तम पत्र म्हणून मी माझ्या संग्रही कायम ठेवीन. (पुढील काळातल्या एखाद्या 'विश्रब्ध शारदा'सारख्या पुस्तकात ते प्रसिद्धही होईल.) असो.'

या पत्रानंतर अधूनमधून पत्रव्यवहार, कधी फोन, कधी प्रत्यक्ष भेट असं सुरू झालं. त्यांच्या पत्रात नेहमी 'संध्याकाळी कधीही घरी या.' असं आमंत्रण असायचं. गेलो की त्यांना मनापासून आनंद व्हायचा. गप्पा, चहा, सरबत, खाणं चालू राहायचं. 'ठणठणपाळ' सदराबद्दल मला खूप कुतूहल होतं. विशेषत: कुणालाही न सोडता लेखक मंडळींची केलेली मस्करी, उडवलेली टर, काढलेले चिमटे हे सगळं साहित्यिक वर्तुळात कसं घेतलं जातं, याबद्दल माझे प्रश्न असायचे. त्यांच्या कादंबऱ्या-नाटकांत वारंवार दिसणाऱ्या वेडसर माणसांचं त्यांना एवढं आकर्षण का – असंही त्यांना एकदा विचारलं होतं. त्यावर ते म्हणाले, "मला फार पूर्वीपासून या माणसांबद्दल कुतूहल आहे. त्यांच्या डोक्यात काय चाललं असेल? कसले विचार येत असतील? हे वेड म्हणजे कशाचा हा परिणाम असेल? असे नाना प्रश्न माझ्या मनात येतात." त्यांनी कोकणात पाहिलेल्या, मुंबईत पाहिलेल्या अशा माणसांची काही उदाहरणं सांगितली. त्यांच्या करुण कहाण्या ऐकवल्या. काही कथांचे,

नाटकातील प्रसंगांचे विषय त्यांना कसे मिळाले, पात्रं कुठे सापडली हेही त्यांनी सांगितलं. सगळं अगदी ऐकण्यासारखं असे. घरी आलो तरी डोक्यात घोळत राही.

त्यांच्या एका नाटकाचं हस्तलिखित मला वाचायला मिळालं. त्यात भूमिका करणार असलेल्या एका कलाकाराकडून. फार वेगळा विषय आणि अस्वस्थ करणारे विचार त्यात होते. नाटक वाचून संपल्यावर सुन्न व्हायला झालं. काही महिन्यांनंतर त्याचा प्रयोग पाहिला. तो फारच सरधोपट पद्धतीने बसवला होता. जो परिणाम वाचनाने झाला होता, तो काहीच जाणवला नाही. त्यानंतर एकदा दळवींची भेट झाली. त्यांनी विचारल्यावर मी माझं मत सांगितलं. त्यावर ते म्हणाले, "धुणीभांडी करून करून कामवाल्या बाईच्या हाताला घट्टे पडतात ना, तसं नाटकं बसवून बसवून यांच्या (दिग्दर्शकांच्या) मनाला पडतात. तितकी सेन्सिटिविटी मग राहत नाही. म्हणून त्यातल्या सूक्ष्म गोष्टी बाहेर येत नाहीत."

ते आपली मतं, निरीक्षणं अगदी मोकळेपणानं-हातचं काही राखून न ठेवता सांगायचे. त्यात कुठे आवेश, अढी, राग नसायचा. शांत चेहऱ्याने किंवा गंभीरपणे ते चौकशाही करायचे. अनेक तपशील विचारायचे. अनेक गोष्टींत त्यांना रस होता.

असेच एकदा इराण्याच्या हॉटेलसमोर भेटले. भवानी शंकर रोड पोस्ट ऑफिसातून काही खरेदी करून घरी चालले होते. ते दिवाळीचे दिवस होते. म्हणजे दिवाळी अंकांचे. मी त्यांना विचारलं, कुठले अंक पाहिलेत, कुठले वाचलेत, कुठले चांगले आहेत वगैरे. मला सात-आठ अंक विकत घ्यायचे होते, त्यासाठी त्यांचं मत घ्यावं म्हणून विचारलं. त्या वर्षी एका नामवंत साहित्यिकाने एक दिवाळी अंक संपादित केला होता. त्याचा बराच बोलबाला (अंक बाजारात यायच्या आधीच) झाला होता. मी म्हटलं, "मला तो अंक घ्यायचा आहे, पण कुठे दिसला नाही. कुठे मिळेल?" दळवी म्हणाले, "मिळतो ना. दादर स्टेशनच्या बाहेर स्टॉलवर आहे. एक मागितला की दोन देतात!"

त्यांचं 'ललित' मासिकातलं 'ठणठणपाळ' सदर बंद झाल्यावर काही दिवसांनी 'अलाणे फलाणे' सुरू झालं. पहिल्या एक-दोन अंकातच लक्षात आलं, ही स्टाइल निश्चित दळवींचीच होती. त्यांच्याकडे काही कामासाठी जाण्याचा योग आला. नेहमीप्रमाणे 'या या' करून दळवींनी स्वागत केलं. लेंगा आणि बनियन घालून ते वाचत बसले होते. माझ्या नवीन नाटकाची, भूमिकेची, इतर नाटकांची, कुठलं बरं, कुठलं वाईट, कोण निर्माता कसा, त्या

यांचं असं असं ऐकलं ते खरं का, वगैरे बारकाईने (परंतु कोऱ्या चेहऱ्याने) चौकशी आरंभली. मग मी त्यांना विचारलं, ''अलाणेफलाणे कोण लिहितो?'' ते लगेच म्हणाले, ''पुण्याचे दोघे जण आहेत. नावं सांगू नका म्हणालेत. तुम्हीच ओळखून काढा.'' ज्या गंभीरपणे दळवी रंगभूमीवरच्या घटनांबद्दल विचारत होते, तेवढ्याच गंभीरपणे त्यांनी हेही सांगितलं.

त्यांच्या 'नातीगोती' नाटकाच्या आमच्या तालमींना ते बऱ्याचदा आले. शिवडीला राष्ट्रीय मिल मजदूर संघाच्या हॉलमध्ये स्टेजवर तालमी चालायच्या. दळवी रिकाम्या प्रेक्षागृहामधल्या तिसऱ्या किंवा चौथ्या रांगेतल्या एका सीटवर बसायचे. शेजारी निर्माते तोंडवळकर, दिग्दर्शक वामन केंद्रे किंवा गंगाराम गवाणकर यापैकी कोणी बसलेले असायचे. दळवींना थोडं कमी ऐकू यायचं, म्हणून ते एका कानाकडे पोस्टकार्ड धरायचे. तालीम संपल्यावर ते आपल्या प्रतिक्रिया द्यायचे. प्रतिक्रिया प्रतिकूल कधीच नसायच्या.

नाटक घडण्याच्या प्रक्रियेचा तो एक आदर्श नमुना होता. नाटककार, दिग्दर्शक, निर्माता आणि कलाकार यांची मग चर्चा चालायची. दळवी व्यक्तिरेखांबद्दल त्यांना काय वाटतं, त्यांच्या डोक्यात काय होतं वगैरे सांगायचे. काही गोष्टी सुचवायचे. मतिमंद मुलाच्या (अतुल परचुरे) आकस्मिक मृत्यूनंतर त्याची आई (स्वाती चिटणीस) आक्रोश करताना ब्लॅक आऊट होऊन सीन संपण्यापूर्वी त्याच्या वडिलांनी (म्हणजे मी) हळूच जवळ येऊन त्या गेलेल्या

'नातीगोती' नाटकातील मतिमंद मुलाचे आईबाप : स्वाती चिटणीससमवेत

मुलाला स्पर्श करावा असं त्यांनी सुचवलं. तसंच नाटक संपताना काटदरे पती-पत्नी बाहेरच्या जगाकडे बघत खिडकीपाशी उभे आहेत, यापुढे सुरू होणाऱ्या नव्या आयुष्याकडे - मुलाचं दुःख विसरून जणू उमेदीने, आशेने, विश्वासाने पाहत आहेत - हा शेवटही त्यांची सुचवला. दृश्य स्वरूपात हा शेवट परिणामकारक व्हायचा.

यातले दोन शेवटचे सीन्स तर त्यांनी पुन:पुन्हा लिहिले. दिग्दर्शक वामन केंद्रेने मग त्या साऱ्यातून आवश्यक तेवढे घेतले. 'नातीगोती'चा प्रेक्षकांच्या अंगावर येणारा प्रयोग करणं हा एक 'अनुभव' होता. परंतु तालमीतून हे सारं हळूहळू उभं करणं, त्यातील पात्रांचे ताणतणाव, वेदना, यातना, प्रेमाचे हळुवार प्रसंग, आनंदाचे क्षण तालमींच्या वेळीच जाणवून घेणं, दळवींसारख्या आपल्या लिखित संवादांबद्दल अजिबात आग्रही नसलेल्या सौजन्यशील नाटककाराकडून व्यक्तिरेखांचे कंगोरे समजावून घेणं हाही एक मोठा अनुभव होता.

शिवाजी मंदिरच्या पहिल्या प्रयोगाला आमची टेन्शनमुळे (नेहमीप्रमाणे) बोबडी वळली होती. दळवी मात्र चेहरा न्यूट्रल ठेवून शांतपणे स्टेजवर विंगच्या बाजूला फेऱ्या मारत होते. पोटी मतिमंद मुलगा जन्माला आलेल्या आई-वडिलांचं भावविश्व आणि प्रेमाची नातीगोती दाखवणारं स्वत:चं हे आगळंवेगळं नाटक प्रेक्षकांसमोर कसं उभं राहतं याचं टेन्शन त्यांना असणारच, पण ते दाखवत नव्हते.

त्यांच्या 'संध्याछाया' नाटकाच्या पन्नासाव्या प्रयोगाला दीनानाथ मंगेशकर नाट्यगृहात छोटासा समारंभ 'सुयोग' संस्थेने आयोजित केला. मध्यंतरात नाना-नानींच्या भूमिकांमधील आम्ही प्रमुख कलाकारांनी (वंदना गुप्ते आणि मी) आपापलं मनोगत सांगितलं. दळवी बसूनच बोलले. (त्यांच्या किडनींच्या गंभीर आजारामुळे ते येतीलच अशी खात्री नव्हती, पण ते आले.) ते म्हणाले, ''हे नाटक मी लिहिलं तेव्हा माझा वृद्धापकाळ दूर होता. आता मीही यातल्या नाना-नानीच्याच वयाचा झालोय. या वृद्धावस्थेतल्या समस्यांवर अजूनही उत्तर सापडलं नाही.''

दळवींनी वृद्धापकाळातील समस्यांसारखंच त्यावेळी दूर वाटणाऱ्या मरणाबद्दलही लिहिलंय. 'वासांसि जीर्णानि' या विनोदी कथेत देह सोडून वर तरंगत जाणाऱ्या आणि प्राण गेलेल्या स्वत:च्याच देहाचं आणि आजूबाजूच्या सर्वांचं वरून निरीक्षण करणाऱ्या आत्म्याचं निवेदन आहे. सहा-सात वर्षांपूर्वी त्यांच्या मरणाची जोरदार अफवा उठली. त्यावर त्यांनी 'आपुले मरण पाहिले म्यां डोळा' हा झकास लेख लिहिला. अगदी खेळकरपणे आणि गमतीने

'संध्याछाया' नाटकातील वृद्ध जोडपं : वंदना गुप्ते यांच्यासमवेत

आपल्या मरणाच्या बातमीकडे पाहिलं.

त्यांच्या 'परममित्र' पुस्तकातल्या तुकाराम कोठावळे यांच्यावरील लेखाची सुरुवात अशी आहे - 'मी नेहमीप्रमाणे सकाळी फिरायला निघालो होतो, तेवढ्यात सुभाष भेंडे यांचा फोन आला. त्यांनी विचारलं, 'कळलं का?' हल्ली फोनवर हा प्रश्न ऐकू आला की, हातपाय गारठल्यासारखे होतात. आम्ही सगळेच समकालीन साठी-पासष्टीचे झालो आहोत... काही जण चार-पाच वर्षं अलीकडे, काही चार-पाच वर्षं पलीकडे! एकोप्याने आणि खेळीमेळीने बरीच वर्षं गेली. बरेचसे आम्ही आता अशा टप्प्यावर आलो आहोत की, एकमेकांचं काही ना काही ऐकू येणार. मी तर मोकळा असलो की, माझ्या मनाशी एक खेळ खेळतो. मी 'अचानक' गेलो आहे आणि या सर्व मित्रांना फोन जाताहेत, ते एकमेकांना फोन करून कळवीत आहेत. या मनातल्या खेळामुळे मृत्यूशीच थोडं खेळल्यासारखं वाटतं; तरीही शेवटी कुणाची बातमी कानावर आली की, हातपाय गारठल्यासारखे होतात.'

असं दळवींनी मरण - त्यातून स्वत:चं मरण - यावर अनेकदा लिहिलंय.

...दळवी खरंच कसे होते? त्यांच्या चाहत्यांना, मित्रांना वाटले तसे आतिथ्यशील, निर्मळ मनाचे, अकृत्रिम वागणारे, सहवासाचा-गप्पांचा आनंद देणारे आणि घेणारे? की सभोवतालच्या घटनांचा, व्यक्तींचा वेध घेणाऱ्या त्यांच्या मिस्किल आणि विनोदी लेखनात दिसले तसे व्रात्य, खट्याळ,

खोडकर, खवचट आणि खोचक? की चक्रावून टाकणाऱ्या व्यक्तिरेखा, त्यांचे मनोव्यापार, आतून हलवणारे प्रसंग आणि सुन्न करणाऱ्या कहाण्या-कादंबऱ्यांतून आणि नाटकांतून सांगणारे अत्यंत गंभीर, विचारी, त्यांच्याच मनाचा तळ लागू न देणारे? मला बऱ्याचदा वाटत आलंय, वरून खूप साधे, सरळ, मोकळे, सौजन्यशील आणि आनंदी दिसणाऱ्या दळवींचं हे रूप कदाचित फसवं असेल. हा त्यांचा मुखवटा असेल. त्यांनी घातलेला नव्हे, आपोआप चढलेला. आत मात्र एक तटस्थ, कोरडे, त्यांच्या कादंबऱ्या-नाटकांतल्या हादरवून टाकणाऱ्या ताणांशी, प्रसंगांशी आणि विलक्षण व्यक्तिरेखांशी नातं सांगणारे 'कॉम्प्लेक्स' दळवी असतील. एकांत आवडणारे, समोरच्या व्यक्तींना न्याहाळणारे, मापणारे, साऱ्यांच्या आरपार बघणारे.

पण ते काहीही असलं तरी पुढे पुढे करण्याची अजिबात हौस नसणं, प्रसिद्धीविन्मुख असणं, मानसन्मानासाठी - अध्यक्षपदासाठी, अधिकाराच्या जागांसाठी - पारितोषिकांसाठी चुकूनसुद्धा प्रयत्न न करणं, स्वत:च्या साहित्यकृतींसंबंधी प्रतिकूल मतंसुद्धा कमालीच्या शांतपणे ऐकून घेणं, स्वत:ला 'डिफेंड' करायचा किंवा तावातावाने 'तुमचं इंटरप्रिटेशन चुकीचं आहे' असं सांगायचा प्रयत्न मुळीसुद्धा न करणं, आणि नव्या लेखकांना, चाहत्यांना, मित्रांना वेळात वेळ काढून उबदार पत्र लिहिणं, त्यांना बरं वाटावं यासाठी साध्या साध्या गोष्टी आठवणीने करणं हे मात्र या मोठ्या लेखकाच्या बाबतीत अगदी खरं होतं. म्हणून त्यांच्या संपर्कात आलेल्या खूप लोकांच्या मते तो फार अपवादात्मक आणि मोठा माणूस होता. मनापासून प्रेम करावं असा!

चौदा-पंधरा वर्षांपूर्वीची गोष्ट. त्यांच्या 'सावल्या' आणि 'प्रवाह' या दोन लघुकादंबऱ्यांविषयी कुठंतरी वाचलं. एकदा त्यांना फोन केला असताना मी त्याबद्दल काहीतरी विचारलं. दीड-दोन महिन्यांनी त्या दोन लघुकादंबऱ्या असलेलं पुस्तक (मॅजेस्टिक प्रकाशन) बाजारात आलं. एका सकाळी दळवी स्वत: माझ्या घरी आले. मी नव्हतो. पत्नीने दार उघडलं. त्यांनी ते पुस्तक आम्हाला भेट दिलं होतं. ते 'फार घाईत आहे' असं सांगून दारातूनच पुस्तक देऊन लगेच निघून गेले. मला घरी आल्यावर कळलं, तेव्हा फार अवघडल्यासारखं झालं.

सहा महिन्यांपूर्वी माझं 'कागदी बाण' हे पुस्तक द्यायला बोरिवलीला त्यांच्या घरी दोन-तीन मित्रांना घेऊन गेलो. ते पुस्तक त्यांनाच अर्पण केलं आहे.

अर्पणपत्रिका अशी आहे - 'श्री. जयवंत दळवी यांस, प्रेमादरपूर्वक, -

तुमच्या 'नातीगोती' आणि 'संध्याछाया' या नाटकातील काटदरे आणि नाना या भूमिका साकारताना मला बरेच काही मिळाले.'

हे 'बरेच काही' म्हणजे नेमकं काय मिळालं ते शब्दात मांडता आलंच, तर दोन पानं भरू शकतील! त्या भूमिका करण्यापूर्वीचा मी आणि दोन्ही नाटकांचे प्रयोग केल्यानंतरचा मी यात खूप फरक पडला होता.

नियमितपणे चालू असलेल्या डायलिसिसमुळे त्यांना आलेला अशक्तपणा लक्षात घेता त्यांना त्रास होऊ नये म्हणून आम्ही पुस्तक देऊन लगेच निघू पाहत होतो. पण त्यांनी आग्रहानं बसायला सांगितलं. त्यांच्या पत्नीने खाणं आणलं. दळवींनी आग्रह करून आम्हाला शेवयांचा शिरा, कचोरी खायला लावलं. 'घ्या-घ्या, छान आहेत' असं ते म्हणत होते. (त्यांना यातलं काहीच खायला परवानगी नव्हती.) थंडगार लिंबू-सरबताचे ग्लास आमच्या पुढ्यात ठेवले होते. आमच्याशी ते खूप मोकळेपणाने गप्पा मारत होते. खूप विषय झाले. त्यांच्या आजाराविषयीही त्यांनी सांगितलं. वस्तुस्थिती सांगावी तसं. ते सांगतानाही ते अधूनमधून हसत होते. मग हळूच म्हणाले, ''ते तुमच्यासमोर सरबत ठेवलंय ना, ते मला आता प्यावंसं फार वाटतंय. पण मनाई आहे. पाणी पिण्यावरसुद्धा बंधन आहे!''

नमस्कार करून आम्ही निघालो. 'पुन्हा या' असं ते आग्रहाने म्हणाले. पण जाणं झालं नाही. पुन्हा गेलो (आणि नमस्कार केला) तो ते गेल्यावरच.

चार सप्टेंबरला बोरिवलीच्या गोखले सभागृहात कोकण मराठी साहित्य परिषदेतर्फे दळवींचा सत्कार झाला. त्या छोट्या हॉलमध्ये आणि बाहेरच्या आवारात खचाखच गर्दी झाली होती. काही व्ही.आय.पी केवळ हॉलमध्ये उभं राहायलाही जागा नाही म्हणून स्टेजवर जाऊ बघत होते. महाराष्ट्र टाईम्सच्या गोविंद तळवलकरांनाही कुणीतरी स्टेजवर जाण्यास सुचवलं. ते बराच वेळ स्टेजच्या दरवाजावर ठोकत राहिले. आतल्या बाजूला साहित्याशी (किंवा म.टा. च्या अग्रलेखांशी) संबंध नसलेले दोघे दार बंद ठेवण्याच्या कामगिरीवर होते. बाहेरून कुणी ठोकलं की आतून 'शूऽ' 'गप्प रहा कीऽ' 'कार्यक्रम सुरू आहे' असं दबल्या आवाजात खेकसायचे. शेवटी कोणीतरी दार किलकिलं करून पाहिलं आणि गोविंदरावांना ओळखलं. सुदैवाने त्यांची स्टेजवर ठेवलेल्या दहा-पंधरा खुर्च्यांमध्ये सोय झाली. अशी एकूण परिस्थिती होती.

आठवड्यातून तीनदा होणाऱ्या डायलिसिसमुळे आणि पाच महिन्यांपूर्वी येऊन गेलेल्या हार्टअ‍ॅटॅकमुळे दळवींना जास्त वेळ बसवणार नाही; म्हणून फक्त अर्धा तास ते थांबतील आणि पंधरा मिनिटं बोलतील, असं कळलं

होतं. म्हणून जवळजवळ चार तास चाललेला कार्यक्रम, प्रखर दिवे, दळवींनी मायक्रोफोनकडे जाऊन उभं राहून केलेलं मोठं भाषण, त्यांना तीन पहिलवानांनी (हे मल्ल ठणठणपाळ आणि अलाणे-फलाणे म्हणून अंगाला तेलबिल चोपडून आले आणि पु.ल., मं.वि. राजाध्यक्ष, गोविंदराव तळवलकर, मधु मंगेश कर्णिक, दळवी या मंडळींसमोर उभं राहून वेगवेगळ्या 'पोझेस' घेऊन श्रोतृवर्गाला आपल्या कमावलेल्या स्नायूंचं दर्शन घडवून धन्य केलं! तर त्यांनी-) घातलेला अतिप्रचंड, सुपर हेवीवेट हार, सगळ्या गोष्टी टिपायला उत्सुक असलेल्या आणि मधे मधे येतात म्हणून लोकांच्या शिव्या खाणाऱ्या प्रेस फोटोग्राफर्सची झुंबड, त्यांचे फ्लॅशेस, प्रचंड गर्दी, उकाडा आणि लोकांची कमालीची आस्था... हे सगळं पाहून माझ्या छातीत धडधडत होतं. दळवींना हे कसं झेपेल या काळजीनं. हे टेन्शन घेतलेला मी एकटाच नव्हतो. हे सगळं सुरळीत पार पडू दे आणि पुण्याहून मुद्दाम आलेले पु.ल., सर्वांहून वयाने मोठे मं.वि.राजाध्यक्ष आणि असाध्य आजारानं अशक्त झालेले जयवंत दळवी या साऱ्या कार्यक्रमातून सुखरूप बाहेर पडू देत - अशी मनोमन प्रार्थना अनेक जण करत होते. पण लोकांचं प्रेम पाहून दळवी खरंच भारावून गेले होते. ते संपूर्ण वेळ थांबलेच. सगळी भाषणं मन लावून ऐकली. सत्काराला तोंड दिलं. पंचवीसेक मिनिटं उभं राहून मनातलं सहज सांगितल्यासारखं बोलले. सगळ्या जमलेल्या मंडळींना, संयोजकांना, आपल्या असंख्य वाचकांना समाधान देऊन घरी गेले. दुसऱ्या दिवशी सकाळी पुन्हा हॉस्पिटलमध्ये जाऊन रक्तशुद्धीसाठी, डायलिसिसला तोंड द्यायचं होतंच. पायात येणारे गोळे, एकदम घटणारं वजन, खाली जाणारा रक्तदाब, कधी कधी होणारे विचित्र भास - हॅल्युसिनेशन - या साऱ्या दिव्यातून पुन्हा चार तास जायचं होतं.

दोन-चार दिवसांनी फोन करून त्यांच्या पत्नीकडे त्यांना कसं वाटतंय, सत्कारसमारंभाचा ताण पडला नाही ना, याची चौकशी केली. त्यांची प्रकृती चांगली असल्याचं कळलं. पण मग गुरुवारी पंधरा तारखेला सकाळी का कोण जाणे, त्यांना फोन करावासा वाटला. प्रकृतीबद्दल विचारावंसं वाटलं. सौ. दळवींनी फोन घेतला. आदला दिवस बुधवार हा डायलिसिसचा असल्यामुळे, 'दळवी कसे आहेत?' या माझ्या प्रश्नाला 'काल खूप अशक्तपणा होता. आज आता बरे आहेत.' असं उत्तर अपेक्षित होतं. पण त्या म्हणाल्या, "आज खूप अशक्त वाटतंय. हिमोग्लोबिन काऊंट पाच-सहापर्यंत खाली गेलाय." मी म्हटलं, "त्यांना फक्त चौकशी केली असं सांगा आणि सत्कारसमारंभाच्या दिवशी प्रकाशन झालेलं त्यांचं 'अलाणे फलाणे' पुस्तक अमेरिकेला पोचलं

असंही सांगा.'' (मी ते सुधीर गाडगीळला अमेरिकेला जाताना भेट म्हणून दिलं होतं) त्या म्हणाल्या, ''मी सांगते.''

दुसऱ्या दिवशी सकाळी दळवी गेले.

बोरिवलीला त्यांच्या घरी पोहोचलो, तेव्हा खूप गर्दी होती. माणसं येतच होती. हाराच्या ओझ्याखाली शांतपणे पहुडलेल्या दळवींना पाहावेना.

आता या क्षणीसुद्धा मला ते एरवी वाटायचे तसेच वाटले. सगळ्यांमध्ये राहून-मिसळून, सगळ्यांना बरं वाटावं असं वागून, पुन्हा या साऱ्यापासून दूर राहून, खूप वरून अलिप्तपणे सगळं निरखणारे, आजूबाजूला वावरणाऱ्या लोकांचं मूकरुदन, दबल्या आवाजातलं बोलणं, हार, नमस्कार, स्वत:चं मरण, अचेतन देह, माणसांची रीघ - सारं काही ते शांतपणे टिपत होते...

संध्याकाळी स्मशानात जाण्याचा धीर झाला नाही. ज्याच्यावर मनापासून प्रेम करावं, असा मोठ्या मनाचा साहित्यिक आपल्या साक्षीनं दिसेनासा झालेला पाहणं नको वाटलं.

●

विजय तेंडुलकर

आयुष्याच्या वेगवेगळ्या टप्प्यावर विजय तेंडुलकरांना मी भेटलो. वेळोवेळी भेटत गेलो.

कळत्या वयात प्रथम 'कोवळी उन्हे' वाचताना तेंडुलकर भेटले. मनात सतत यायचं की, काहीतरी चांगलं वाचलं पाहिजे. त्याचवेळी तेंडुलकरांचं स्तंभलेखन वाचायला मिळालं. आवडीनं वाचत गेलो.

काही काळाने 'माणूस' साप्ताहिकातली 'रातराणी' वाचायला लागलो. आपण काहीतरी वेगळं वाचतो आहोत, असं तेंडुलकरांचं लेखन वाचताना जाणवायचं. त्यांची शैली, भाषा, वाक्यरचना, आशय, शब्दयोजना - हे सारं वेगळंच वाटायचं. मग तेंडुलकर नियमित वाचत राहिलो.

मला आठवतं, तेंडुलकर आमच्या हाऊसिंग कॉलनीमध्ये गणेशोत्सवात व्याख्यान देण्यासाठी आले होते. आमच्या कॉलनीत र.ना.लाटे राहत असत. ते त्यावेळी 'लोकसत्ता'चे संपादक होते. बहुधा तेंडुलकर त्यावेळी लोकसत्तेत असावेत. ते लाटेंकडे येऊन बसले. मी लांब बाजूला उभा होतो. तिथूनच तेंडुलकरांना निरखत होतो. मीच मग तेंडुलकरांना कार्यक्रमाच्या हॉलमध्ये घेऊन गेलो.

त्यांचं व्यक्तिमत्त्व वेगळं होतं. एखादा क्रिकेटर

मैदानाबाहेरही क्रिकेटर म्हणून शोभतो, त्याला क्रिकेटरचं व्यक्तिमत्त्व असतं, तसं साहित्यिकाचीही एक पर्सनॅलिटी असावी असं वाटे. लेखकाच्या व्यक्तिमत्त्वाच्या काही कल्पना मनात साकारत. तेंडुलकरांकडे पाहून लेखक असा असावा, असा दिसावा असं वाटे. त्यांचं म्हणजे साहित्यिकाचंच व्यक्तिमत्त्व होतं.

'रंगायन'चे दिवस आठवतात. प्रायोगिक नाटकं, एकांकिका करणारी संस्था. सारथ्य विजया मेहतांकडे. श्री. पु. भागवत, माधव वाटवे, अरविंद देशपांडे, तेंडुलकर अशी मंडळी संस्थेशी संबंधित होती. त्यावेळी रंगायनने 'प्रेक्षक सभासद' योजना सुरू केली होती. वार्षिक वर्गणी असायची आणि वर्षाला ७-८ कार्यक्रम दाखवले जायचे. त्यात कधी न पाहिलेले रूपांतरित आणि स्वतंत्र नाट्यप्रकारही होते. तिथेच एक सभासद-प्रेक्षक म्हणून तेंडुलकरांच्या एकांकिका पाहायला मिळाल्या. 'थीफ, पोलीस', 'अजगर आणि गंधर्व' अशा. पाहून आल्यावर आठवत राहत. त्यातले संवाद-प्रसंग-व्यक्तिरेखा डोक्यात घोळत असत. तेंडुलकरांच्या लेखनाबद्दल कुतूहल वाढत राही.

त्यांच्या लेखनात स्तिमित करणारं, विचारात पाडणारं, अस्वस्थता निर्माण करणारं (किंवा 'कोवळी उन्हे'सारख्या सदरातून खुलवणारंही) काहीतरी मिळत गेलं होतं. त्यांच्या नाटकांमधून ते भेटले होते. 'रातराणी' वाचतानाही त्यांचं वेगळेपण जाणवलं होतं. हे सारंच त्यांच्या लेखनाबद्दल, त्यांच्या

विजय तेंडुलकर

व्यक्तिमत्त्वाबद्दल एक प्रकारची उत्कंठा वाटावी असं होतं.

त्यांची प्रत्यक्ष भेट झाली त्यांच्याच नाटकात काम करतेवेळी.

नट म्हणून माझ्या आयुष्यातलं पहिलं नाटक तेंडुलकरांचंच केलं. 'लोभ नसावा ही विनंती' हे नाटक 'रंगायन' संस्थेतर्फे आम्ही राज्य नाट्यस्पर्धेत केलं. (माझा पहिला चित्रपटही तेंडुलकरांचाच होता. चिं.वि.जोशींच्या 'चिमणराव'वर केलेल्या चित्रपटाची पटकथा आणि संवादलेखन तेंडुलकरांचं होतं.) 'लोभ नसावा ही विनंती' या नाटकाच्या तालमींना तेंडुलकर कधीतरी येत असत. तेंडुलकरांचा मोठा दबदबा होता. ते तालमीला आले की, ते काय म्हणतात याला फार महत्त्व असायचं. नाटकाच्या तालमीबद्दल त्यांची मतं ऐकून घ्यायला प्रत्येकजण उत्सुक असायचा. तेंडुलकरांभोवती सगळी नटमंडळी उभी असायची आणि तेंडुलकर रोखून पाहत, थांबत, विचार करत, मोजकं आणि नेमकं बोलायचे. नाटकात माझ्या तोंडी एक वाक्य होतं – 'कॉट पुरत नाही. मी उंच होतोय की कॉट लहान होतेय कळत नाही.' एका तालमीनंतर ते असेच त्यांच्याभोवती कोंडाळं करून उभ्या राहिलेल्या नटमंडळींशी चर्चा करत होते. मत सांगत होते, काही सुचवत होते. संकोचामुळे मी काहीच बोललो नाही, काही विचारलं नाही. जवळजवळ चाळीस वर्षांपूर्वीचा हा प्रसंग. आजही तो मनात ताजा आहे. माझ्याकडे पाहून ते एवढंच म्हणाले, "तुझ्या उंचीचा वापर कर."

'रंगायन'चं 'लोभ नसावा ही विनंती' या नाटकाच्या वेळी म्हणजे, त्याचे प्रयोग चालू होते, त्याच सुमारास त्यांच्या 'शांतता कोर्ट चालू आहे' नाटकाला सर्वोत्कृष्ट ठरवणारा 'कमलादेवी चट्टोपाध्याय' हा अत्यंत मानाचा पुरस्कार मिळाला. मी त्यांना धीर करून आणि अत्यंत आगाऊपणे खूप स्तुतीपर पत्र लिहिल्याचं आठवतं. काय काय लिहिलं होतं ते आता आठवत नाही, पण तेंडुलकरांचं (पोस्टकार्डावर) अत्यंत सुबक आणि छोट्या अक्षरात चार ओळींचं पत्रोत्तर आलं ते मात्र आठवतं. माझ्या स्तुतीपर पत्राबद्दल औपचारिक (पण वेधक, वेगळ्या शब्दांत) आभार मानून त्यांनी शेवटी सुट्या, स्वतंत्र ओळीत एवढंच लिहिलं होतं - 'भेटत चला. तुमचा तें.' ते वाक्य प्रमाण मानून - म्हणजे खरं तर योगायोगाने, वेगवेगळ्या निमित्ताने - त्यांना पुढच्या काळात भेटत राहिलो.

त्यांचा तो 'भेटत चला' हा प्रेमळ आदेश मी (मनावर घेतल्यासारखा) अक्षरश: खरा केला!

तेंडुलकरांची एकूण तीन नाटकं मी केली. पहिलं हे 'लोभ नसावा ही

विनंती', दुसरं त्यानंतर बऱ्याच वर्षांनी 'विठ्ठला' आणि तिसरं 'एक हट्टी मुलगी'.

माझ्या 'चिमणराव' या त्यावेळच्या लोकप्रिय मालिकेमध्ये काऊच्या मैत्रिणीची (गुलाब दिघे) भूमिका तेंडुलकरांची मोठी मुलगी सुषमा करत असे. त्यावेळी मला सारखं वाटायचं की तिला विचारावं, 'बाबा ही सिरियल बघतात का?' एक-दोनदा तसं विचारलंही. मालिका बघून, माझी व्यक्तिरेखा बघून तेंडुलकरांच्या मनात काय येत असेल, हे जाणून घेण्याची खूप इच्छा होती. त्यांची 'कॉम्प्लिमेंट' मिळावी असं वाटे. त्यांचं निरीक्षण काय असेल, वेगळ्या दृष्टीने ते कसे पाहत असतील, असे प्रश्न मनात यायचे. थोडक्यात, तेंडुलकर या लेखकाच्या विचार करण्याच्या पद्धतीचं, व्यक्तिमत्त्वाचं, लकबीचं फार आकर्षण असायचं.

कधीतरी असाही विचार मनात यायचा की, हेच बेअरिंग, अशी स्टाईल, असे पॉजेस, विचार करून बोलायची पद्धत, पण सांगण्यासारखं काही विशेष महत्त्वाचं, मोलाचं नसेल तर काय होईल? असं 'कॅरॅक्टर' अभिनित करायला (माझ्यातल्या नटाला) कसं वाटेल? म्हणजे 'आव जेत्याचा, पण वकूब बेताचा' अशी व्यक्तिरेखा. लिहून (टीव्हीसाठी), करून पाहायची खुमखुमी आली. स्वत:ला इंटलेक्च्युअल समजणाऱ्या आणि सभोवतालच्या 'मीडियॉक्रिटी'कडे आंबट चेहेऱ्याने पाहणाऱ्या एका प्राध्यापकाचं पात्र त्यातल्या अनेक गमतींसकट आकाराला आलं. 'ते आणि त्या' नावाची ती एकांकिका टीव्हीच्या 'गजरा' कार्यक्रमात झाली. मी आणि दया डोंगरे यांनी प्राध्यापक आणि त्यांची पत्नी या प्रमुख भूमिका केल्या. प्राध्यापकांची भूमिका करताना तेंडुलकरांच्या लकबी मनात पक्क्या होत्या. अभिनयाद्वारे साकारलेलं ते (त्यांच्या शैलीचं) व्यंगचित्रं होतं. त्यांचा मित्र त्यांना विचारतो, 'सध्या काय करताय?' यावर ते उत्तरतात, - 'चाललाय... (पॉज)... श्वासोच्छ्वास...' बायको विचारते, 'सकाळचा भात उरलाय. तो फोडणीचा करायचा झाल्यास त्यात लसूण आवडेल की ओल्या मिरच्या?' तर ते चिंतनमग्न चेहेऱ्याने, विश्वाचं रहस्य शोधल्याची पोज (आणि पॉज) घेऊन... 'तू... खिचडीच कर... नंतर... (पुन्हा दहा सेकंदाचा पॉज) ताक पिऊ...' असं म्हणतात.

टेलिकास्टनंतर फोन आले. परीक्षणं प्रसिद्ध झाली. 'तेंडुलकरांचं बेअरिंग' अनेकांनी ओळखलं. तेंडुलकरांच्या माझ्यावरील प्रभावाचा असाही उपयोग झाला!

ही नाटिका टीव्हीवर करण्यापूर्वी तेंडुलकरांना फोन करणं, त्यांच्या घरी जाणं, बोलणं, भेटणं, पाहणं हे सारं 'चिमणराव-गुंड्याभाऊ' या माझ्या पहिल्याच चित्रपटाच्या वेळी झालं होतं.

त्यावेळच्या ‘चिमणराव’ मालिकेची लोकप्रियता पाहून चिमणरावावर एक चित्रपट करावा, असं मनोहर दीपक नावाच्या एका पंजाबी निर्मात्याला वाटलं. मला त्यांनी भेटायला बोलावलं होतं. फिल्म कोणी लिहावी, हे ठरायचं होतं. मी त्यावेळी आगाऊपणे मुंबईहून पुण्याला पु.लं.ना फोन केला. ते म्हणाले, ‘विजय तेंडुलकरांना विचार. ते चांगलं लिहितील.’’ मी मनोहर दीपकना सांगितलं. मग दोघे तेंडुलकरांना भेटायला पार्ल्याला त्यांच्या ‘कुमार’ सोसायटीतल्या घरी गेलो.

तेंडुलकरांच्या व्यक्तिमत्त्वाचा प्रभाव त्या पंजाबी निर्मात्यावरही पडला असावा. ते अदबीने चित्रपटाच्या त्यांच्या कल्पना सांगू लागले. तेंडुलकर एकाग्र चित्ताने ऐकत बोलणाऱ्याचा उत्साह आणि आत्मविश्वास वाढवत राहिले. निर्माते मग धिटाईने म्हणाले, ‘‘मी स्वत: लेखनही करतो. बेसिकली आय ॲम अ थिंकर!’’ शांतपणे ऐकत राहिलेल्या तेंडुलकरांनी त्यावर निर्मात्याकडे रोखून पाहिलं आणि होकारार्थी जोरजोरात मान हलवली. तो हिंदी निर्माता ‘थिंकर’ असल्याचं ऐकून तेंडुलकरांनी दिलेली ती नि:शब्द प्रतिक्रिया निर्मात्याच्या डोक्यावरून गेली तरी मला फार बोलकी वाटली!

चित्रपटाचे हक्क घेण्यासाठी चिं.वि.जोशींची कन्या नीला बोडस यांच्याकडे गेलो असता त्यांनी कोण लिहितंय, असं विचारलं. मग ‘‘मला वाचायला मिळालं, तर बरं होईल.’’ असं त्या म्हणाल्या.

तेंडुलकरांना फोनवर सांगितल्यावर ते म्हणाले, ‘‘त्या बाईंना म्हणावं, मी स्क्रीप्ट आधी वाचायला मुळीच देणार नाही. स्पष्ट ‘नाही’ कळव. काय लिहायचं, कसं लिहायचं हे मी ठरवीन. चिं.वि.जोशींच्या साहित्याशी माझा चांगला परिचय आहे. बाईंनी अशी अट घातली, तर मी लिहिणार नाही.’’

त्या चित्रपटाचे हक्क मग विनय धुमाळेने घेतले. तेंडुलकर लिहिणार, हे त्याने आधी ठरवलं होतं. मग पटकथा, संवादासाठी विनयचा तेंडुलकरांकडे तगादा, घाई, लकडा सुरू झाला. मीही बऱ्याचदा जात असे. चिं.वि.जोशींच्या साहित्याबद्दल तेंडुलकर खूप छान बोलत. चिमणरावाची स्वभाववैशिष्ट्यं, त्यांना आवडलेल्या कथा, त्या का आवडल्या ह्याचं विश्लेषण, त्यावेळची परिस्थिती, सामाजिक संदर्भ, विनोदाचे प्रकार अशा बऱ्याच विषयांवर तेंडुलकर मार्मिक बोलत. ते ऐकायला फार आवडे.

चित्रपटासाठी एकूण पाच कथा निवडल्या. एक प्रकरण संपलं की दुसरं सुरू. सलग एक कथानक नव्हतं.

चित्रपटाच्या चित्रीकरणाच्या वेळी मग तेंडुलकरांची भेट झाली नाही.

थेट चार महिन्यांनंतर-मिनी थिएटरमधल्या प्रेस शोच्या सुरुवातीला ते भेटले. स्वत:ची नाटकं समोर बसून ते बघत नाहीत. स्वत: लिहिलेला सिनेमा बघतील का, असं मला वाटून गेलं. पण त्यांनी नाहीच बघितला. ''दुसरीकडे एका ठिकाणी मी जाणं आवश्यक आहे.'' असं म्हणून ते गेले. चित्रपट चांगला झाला नाही याची इंट्यूशन त्यांना असावी.

त्यावेळी चालू असलेल्या त्यांच्या वादग्रस्त नाटकांच्या पार्श्वभूमीवर तेंडुलकरांनी चिं.वि.जोशींच्या चिमणरावाचा चित्रपट लिहावा, हे त्यावेळी अनेकांना रुचलं नाही. सिनेमा अपेक्षा पुऱ्या करू शकला नाही, याचं खापर बऱ्याच जणांनी तेंडुलकरांवर फोडलं. परंतु मला तसं अजिबात वाटत नाही. तेंडुलकरांनी लिहिलेले प्रसंग, पटकथा आणि संवाद खरोखरच चांगले होते. चिमणरावाचा स्वभाव, त्याच्या बोलण्याची शैली, विचार करण्याची पद्धत, एकूणच व्यक्तिमत्त्वाची नस तेंडुलकरांनी बरोबर पकडल्याचं त्यातून कळतं.

'चिमणराव-गुंड्याभाऊ' चित्रपटाचं तेंडुलकरांचं ते पटकथा-संवाद लेखन कुठे उपलब्ध आहे का, मला माहीत नाही. बहुधा नसावं. माझ्याकडे मात्र ते आहे. माझ्या पहिल्या चित्रपटाची ती तेंडुलकरांची संहिता मी जपून ठेवली आहे.

तेंडुलकरांच्या 'विठ्ठला' या इंडियन नॅशनल थिएटरची निर्मिती असलेल्या नाटकात मी विठ्ठलभक्त नामा शिंप्याची प्रमुख भूमिका केली. त्याच्यावर विठ्ठल प्रसन्न होतो. देव नव्हे, विठ्ठल जोश्याचं भूत. भूत आणि सीधासाधा माणूस यांची विलक्षण कथा त्या नाटकात होती.

तेंडुलकरांच्या नाटकातील वाक्यरचना, संवाद, शैली यांचा सराव होण्यासाठी वेळ द्यावा लागतो. कधी तुटक वाटणारी वाक्यं असतात. शब्द, उद्‌गार नेहमीचे नसतात. भाषा अशीही असू शकते, हे कळत जातं. संहितेत कंसात लिहिलेली वाक्यं फार महत्त्वाची असतात. त्यांचे कंस कृष्णाचं काम करतात, असं मला वाटे. अभिनय करणारा कलावंत अर्जुन असे आणि तेंडुलकरांचे कंस कृष्ण असत. कंसातून ते ज्या गोष्टी सूचित किंवा ध्वनित करीत, पात्रांचे व्यवहार सांगत, सूचना देत, ते सारं मोलाचं असे. कंसातील वाक्यांमुळे व्यक्तिरेखा सापडायला खूप मदत होत असे. त्यांच्या नाटकातल्या व्यक्तिरेखा त्रिपरिमित असत. अनेक रंगधर्म, छटा त्यांच्या जिवंत व्यक्तिरेखांमध्ये आढळून येत. करता करता त्या सापडत जात. अधिकाधिक खोलात नेत. क्वचित चक्रावूनही टाकत.

'विठ्ठला'चं दिग्दर्शन सदाशिव अमरापूरकरने केलं. नाटकात गद्य संवाद होते, तशी भजनंही होती. हा पद्य भाग तेंडुलकरांनी संत-रचनांमधून घेतला

'नामा धन्य झाला,
त्याला विठ्ठल पावला।'

होता. आनंद मोडकने संगीतबद्ध केलेली सहा भजनं मी त्या नाटकात म्हणत असे. नाटकात नृत्यसुद्धा होतं. नाटकाच्या जाहिराती भरपूर झाल्या होत्या. लोकांत उत्सुकता होती. नाटकाचं नाव 'विठ्ठला' – भक्तिरसप्रधान, संगीत असलेलं नाटक आणि लेखक तेंडुलकर! त्यामुळे काय असणार आहे, काय असू शकेल, याबद्दल कुतूहल होतं. भक्तिरसात डुंबलेला वेडाबागडा आणि भोळा नामा शिंपी मी कसा साकारणार आहे, तेंडुलकरांनी रंगवलेलं नाट्य कसं पेलणार आहे, याचा मलाच अंदाज येत नव्हता. दादरला रवींद्र नाट्य मंदिरात आमची रंगीत तालीम झाली. ती तेंडुलकरांनी पाहिली. संपल्यावर त्यांनी आम्हाला थिएटरबाहेरच्या लॉनवर बोलावलं. सर्वांची बैठक घेतली. आधी बराच वेळ ते बोलेनात. तालमीबद्दल ते नाखूष असल्याचं त्यांच्या चेहेऱ्यावर दिसत होतं. त्यांनी त्यांच्या पद्धतीने बोलायला सुरुवात केली. त्यांची मतं परखडपणे सांगितली. "आहे त्या स्वरूपात नाटक करावं असं मला वाटत नाही. (पहिल्या प्रयोगाच्या जाहिराती आल्या होत्या!) अधिक तयारी करायला हवी, प्रयोग पुढे ढकलावा, असं मला वाटतं. पण शेवटी, ठरवणार तुम्ही. निर्णय तुम्ही घ्या. अशा अपुऱ्या तयारीनिशी, हा असा प्रयोग करावा असं तुम्हाला वाटतं का, याचा विचार तुम्ही करा."

लावलेले प्रयोग रद्द झाले. तेंडुलकरांच्या सूचना अंमलात आणून, अधिक

तालमी करून मग प्रयोग सुरू झाले. आय.एन.टी. संस्थेने प्रयोग सुरू केले. परंतु अकरा प्रयोगांनंतर नाटक बंदही केलं.

हा असा एकतर्फी निर्णय घेऊन नाटक बंद केल्यामुळे तेंडुलकर खूप चिडले. दादरच्या 'पार्क वे' हॉटेलमध्ये ते लेखनाला बसायचे. तिथे त्यांनी मला भेटायला बोलावलं. "'विठ्ठला' नाटकाचा तू प्रमुख नट आहेस. हे पत्र वाच. आय.एन.टी. व्यवस्थापनाला मी पाठवलेल्या पत्राची झेरॉक्स प्रत." मी वाचलं. 'माझं हे नाटक असं एकाएकी बंद करण्याचा तुम्हाला अधिकार काय?' असं खरमरीत पत्र लिहून आय.एन.टी. करत असलेल्या त्यांच्या 'कन्यादान' नाटकाचे हक्क तेंडुलकरांनी काढून घेतले होते. त्यांच्या परवानगीने ते पत्र मी 'चंदेरी' या पाक्षिकाला दिलं. 'आय.एन.टी. नाटकं बंद का करते?' या मथळ्याचा एक सविस्तर लेख प्रसिद्ध झाला. त्यात लेखाच्या मध्यभागी तेंडुलकरांचं ते पत्र ठळकपणे छापलं होतं.

तेंडुलकरांच्या 'एक हट्टी मुलगी' या नाटकात मला एका इरसाल माणसाची भूमिका करायला मिळाली. पंचवीसेक वर्षांपूर्वी हे नाटक येऊन गेलं होतं. आता प्रिया तेंडुलकरने पुढाकार घेऊन हे नाटक पुन्हा उभं केलं. दिग्दर्शक प्रकाश बुद्धिसागर होता. तात्या कुलकर्णी हे त्या व्यक्तिरेखेचं नाव. लोकांना गंडवून आपला चरितार्थ चालवणारा असा हा माणूस. पण या बनेलपणाचं त्याचं स्वत:चं असं एक तत्त्वज्ञान आहे. कारस्थानी वृत्ती, टोप्या घालणं, फसवणं, बकरे शोधणं या सगळ्यासंबंधी त्याचा बिनतोड युक्तिवाद आहे. 'फसवणारे आणि फसवून घेणारे अशा दोनच जमाती जगात आहेत!' असं तात्याचं म्हणणं तेंडुलकरांनी या नाटकात प्रभावीपणे मांडलं आहे.

फसवेगिरीचेही तत्त्वज्ञान मांडणारा इरसाल आणि बेरकी तात्या कुलकर्णी

माझी भूमिका मोठी आव्हानात्मक होती. 'विठ्ठला'मध्ये भक्तिमार्गात डुंबलेला नामा शिंपी केला होता. आता युक्तिमार्ग अवलंबणारा, कसलाही विधिनिषेध न पाळणारा तात्या करायचा होता. विधिनिषेध-शून्यतेतूनही जगण्यासाठी काही करता येतं, या तत्त्वावर विश्वास असलेला अत्यंत लबाड आणि तल्लख माणूस. या नाटकाचे तीस-चाळीस प्रयोग झाले.

प्रयोग करताना नाटकाचा शेवट अपूर्ण वाटायचा. आम्ही कलाकारांनी ती गोष्ट तेंडुलकरांच्या कानी घातली. नाटकात प्रिया ॲक्टिंग करत होती, शिवाय नाटक चालवत होती म्हणून असेल, पण कलाकारांच्या म्हणण्याची दखल घेऊन तेंडुलकरांनी नाटकाच्या शेवटच्या भागाचं पुनर्लेखन केलं. सहसा एकदा लिहिल्यावर तेंडुलकर फेरलेखन करत नसत.

या नाटकात काम करताना माझ्या पुन्हा एकदा लक्षात आलं की, तेंडुलकरांच्या व्यक्तिरेखा गुंतागुंतीच्या असतात. प्रत्येक प्रयोगागणिक ती अधिकाधिक सापडत जाते, शक्यता दाखवते, आव्हान देते. 'विठ्ठला' आणि 'एक हट्टी मुलगी' या दोन्ही नाटकांत तेंडुलकरांना अपेक्षित असलेल्या (किंवा असाव्यात, अशा) व्यक्तिरेखा पूर्ण फुलवण्यासाठी, परिपूर्ण करण्यासाठी मला पुरेसा अवसर मिळाला नाही, असं आज वाटतं. लेखकाने लिहिलेली व्यक्तिरेखा कलावंताने 'चार अंगुळे वर' न्यावी लागते. निदान तसा प्रयत्न असावा. भूमिका परिणामकारक आणि प्रत्ययकारी होण्यासाठी. पण इथे नाटककारच 'चार अंगुळे' वर राहिला! मी तेंडुलकरांच्या नाटकात या ज्या भूमिका केल्या, त्यांची मागणी अधिक होती. मला त्यांना अधिक न्याय देता आला असता, अधिक गहिरे रंग, पैलू, छटा दाखवता आल्या असत्या – असं आज वाटतं. तेंडुलकरांचं माझ्या भूमिकांबद्दल मत चांगलं होतं, हे कळूनसुद्धा वाटतं.

माझ्या डोक्यात 'हसवाफसवी' नाटकाची कल्पना घोळत होती. त्यात एकापाठोपाठ एक सहा भूमिका कराव्यात असं चाललं होतं, त्या वेळी एकदा तेंडुलकरांकडे गेलो होतो. त्यांच्याकडे कोणीही गेलं की, अत्यंत आस्थापूर्वक आणि आत्मीयतेने विचारपूस करण्याची त्यांची रीत होती. 'सध्या काय करताय?' असा प्रश्न समोरच्यापुढे तेंडुलकरांनी टाकल्याबरोबर त्यांच्या दोरीवरच्या उड्या सुरू व्हायच्या.

"नवीन काय करतोयस?" त्यांनी आस्थेने विचारलं. मी सहा भूमिका अगदी वेगवेगळ्या – सादर कराव्यात असं डोक्यात आहे, पण अजून नाटकाला सूत्र मिळत नाही – असं सांगितलं. ते एकटक बघत राहिले. मग प्रश्न केला – "तुला आतून काही सांगावंसं वाटतंय?" खरं तर मला प्रेक्षकांना चकित करण्यातलं

'एक हट्टी मुलगी'ची तालीम
प्रिया तेंडुलकर, सुरेखा राणे आणि अभिजित कर्णिक यांच्यासमवेत

थ्रील अनुभवायचं होतं. "मग कशाला करतोस? तू वेगवेगळ्या भूमिका करतोस, हे या आधी सिद्ध केलेलंच आहेस. मग हे वेगळं नाटक कशाला?" ते म्हणाले. त्यावेळी माझ्या मनात आलं, समजा मी म्हटलं असतं की, 'मला अमुक अमुक मेसेज द्यावा, असं खूप वाटतंय,' तर तेंडुलकर 'प्रत्येक वेळी तो द्यायलाच हवा, असं कुठे आहे? निखळ करमणूक हेही नाट्याचं उद्दिष्ट असू शकतं.' असं म्हणाले असते का? ('रातराणी'मधला त्यांचा लॉरेल-हार्डीवरचा लेख आठवला) तेंडुलकरांचा नेहमी असा एक वेगळा विचार असू शकतोच असं वाटे!

'हसवाफसवी'च्या प्रयोगांना अनेक दिग्गज येऊन गेले. त्यात पु.ल.देशपांडे, भीमसेन जोशी, डॉ. लागू, निळू फुले, अमरीश पुरी, सत्यदेव दुबे अशी अनेक नावं सांगता येतील. एकदा पार्ल्याच्या दीनानाथ मंगेशकर नाट्यगृहात प्रयोग सुरू झाला आणि तेंडुलकर आल्याचं मला कळलं. मला टेन्शन आलं. हाऊसफुल्ल प्रयोग. नेहमीप्रमाणे हशा-टाळ्यांचा रिस्पॉन्स. प्रयोग संपल्यावर तेंडुलकर आत आले. मी मेकअपरूममध्ये होतो. घामाघूम झालो होतो. सह्या घ्यायला प्रचंड गर्दी होती. सहा भूमिकांमधला शेवटचा ८८ वर्षीय कृष्णराव हेरंबकरांचा मेकअप मी अर्धवट काढला होता. तेंडुलकर आत आले आणि त्यांनी दोन्ही हातांनी मला धरलं. चेहऱ्यावर स्मितहास्य. एकटक बघत राहिले. मग एकच वाक्य म्हणाले, "प्रेक्षक तुझ्या बाजूचे आहेत."

मग घरी जाईपर्यंत मी कोडं सोडवत राहिलो. यांना नाटक कसं वाटलं? माझ्या भूमिका आवडल्या की नाही? प्रेक्षक बाजूचे आहेत, पण हे स्वतः आहेत की नाहीत?

त्यावेळी तेंडुलकर 'लोकसत्ता'मध्ये 'रामप्रहर' नावाचं सदर लिहायचे. चार दिवसांनी त्यांनी त्या सदरात 'हसवाफसवी'बद्दल लिहिलं. माझ्या व्यक्तिरेखा, रंगलेला प्रयोग, प्रेक्षकांचा प्रतिसाद वगैरे. मग दोन-तीन परिच्छेदानंतर माझ्या स्त्री-भूमिकेचा उल्लेख आला. (त्या भूमिकेत मी प्रेक्षकांतून स्टेजवर जात असे.) माझी 'बाई' त्यांना सुहासिनी मुळगावकरांच्या आठवणीत घेऊन गेली. '...स्त्री-वेषातल्या दिलीपला पाहताच तो प्रयोग सोडून मन आणखी कुठे भरकटले.' असं लिहून मग त्यांनी सुहासिनीबाईंचं अप्रतिम व्यक्तिमत्त्व रेखाटलं होतं.

तेंडुलकरांच्या या ना त्या निमित्ताने बऱ्याचदा भेटीगाठी होत गेल्या. त्यांना भेटायची उत्सुकता दरवेळी असायची. प्रत्येक भेटीत त्यांच्याकडून काहीतरी नवं मिळत असे. सोप्या भाषेत मांडायचं, तर तेंडुलकरांना भेटल्यानंतर विचारभिंगऱ्या सुरू व्हायच्या. सगळं पटायचं असं नाही, पण ऐकावंसं वाटायचं. 'हे असंही असू शकतं' अशी विचारांना चालना मिळायची. आपण बोलताना ते एकाग्रचित्ताने ऐकायचे. तेंडुलकरांनी लक्षपूर्वक ऐकावं इतकं महत्त्वाचं सांगण्यासारखं आपल्यापाशी आहे का, असंही वाटून जायचं!

...तेंडुलकरांना मानणाऱ्या आणि त्यांच्याजवळ आलेल्या बहुतेक होतकरू लेखकांनी, दिग्दर्शकांनी, नटांनी किंवा चाहत्यांनी त्यांना 'आयडॉल' किंवा देवासारखं वगैरे न समजता आपला सीनियर मित्रच मानलं. बऱ्याच कलाकारांना ते आधार वाटत. विविध समस्यांवर सल्ला देणारे, अडचणींवर उपाय सुचवणारे.

त्यांचं बोलणं-विशेषतः नव्या उमेदीच्या नाटकवाल्यांना आणि लेखकांना नेहमीच आश्वासक वाटायचं. त्यांच्या आस्थेने ऐकण्यामुळे, बोलण्यामुळे तरुणांमध्ये आत्मविश्वास वाढायचा. अशा नव्या प्रयत्नांमध्येच बऱ्याचदा त्यांना जास्त रस असायचा. कुठल्याही नव्या प्रॉजेक्टसाठी फिरण्याचा, माणसांना भेटण्याचा त्यांना उत्साह असायचा. तेंडुलकर शेवटपर्यंत प्रयोगशील राहिले. शिळे, जुने झाले नाहीत. आऊटडेटेड वाटले नाहीत. हे मला फार महत्त्वाचं वाटतं.

तेंडुलकरांचं साहित्य मी बरंच वाचलं. अनेक वर्षं. अनेकदा पुनःपुन्हा. नाटकं पाहिली, नाटकं केली. त्यांची त्या मानाने कमी गाजलेली पण मला खूप आवडलेली, भावलेली नाटकं म्हणजे - 'अशी पाखरे येती', 'पाहिजे जातीचे', 'एक हट्टी मुलगी'. प्रत्येक नाटकात त्यांनी वेगळं जग आणलं.

गहिऱ्या व्यक्तिरेखा निर्माण केल्या, समृद्ध अनुभूती मांडली.

त्यांची नाटकं वाचताना, पाहताना किंवा मुख्य म्हणजे करताना माणसाबद्दल, त्याच्या गुणदोषांबद्दल (खरं तर दोषांबद्दल अधिक!), जगण्याबद्दल त्यांना वाटत असलेलं कुतूहल आणि व्यक्तिरेखा कमीत कमी - अगदी नेमक्या - शब्दांत मांडण्याचं त्यांचं सामर्थ्य वेळोवेळी दिसत आलं आहे. एखाद्या व्यक्तीकडे, त्याच्या सभोवतालच्या परिस्थितीकडे किंवा घटनेकडे ते एकाच अँगलने पहात नाहीत. सर्व बाजूंनी बघतात... आणि हे जाणवतंच.

वेगळा विचार करणारी, नियमात न बसणारं वर्तन करणारी, नीती अनीतीच्या निराळ्या कल्पना असलेली प्रत्येक व्यक्ती काही 'व्हिलन' असत नाही, हे तेंडुलकरांच्या 'लोभ नसावा-' आणि 'एक हट्टी मुलगी' ह्या नाटकांमधून काम करताना, त्यांच्या व्यक्तिरेखा आकाराला आणायचा प्रयत्न करताना आणि माझ्याबरोबरच्या इतर व्यक्तिरेखा बघताना मला जाणवलं. वेगळा विचार करणाऱ्या किंवा घोडचुका करणाऱ्या माणसाकडेही ते सहानुभूतीने बघतात असं वाटायचं!

'तेंडुलकरांच्या निवडक कथा' नावाचा त्यांचा एकच कथासंग्रह आहे. त्या वाचल्यावर कथावाङ्मयात या कथांचं स्थान, दर्जा किती उच्च आहे हे कळतं. त्यांचा वेगळेपणा मनावर ठसतो. इतक्या सकस कथा लिहिणाऱ्या तेंडुलकरांना कथालेखक म्हणून जी मान्यता मिळायला हवी होती, ती मिळाली नाही, असं मला वाटतं. गाडगीळ-भावे-माडगुळकर-गोखले यांच्या बरोबरीने तेंडुलकरांची कथालेखक म्हणून दखल घेतली जायला हवी होती.

अत्र्यांवरचा तेंडुलकरांचा 'प्रचंड' हा लेख, अत्र्यांवर त्यांच्या मृत्यूनंतर प्रसिद्ध झालेल्या लेखांमध्ये सर्वात उजवा होता. अलीकडे 'जन्मदाता' हा तेंडुलकरांचा एक दिवाळी अंकासाठी लिहिलेला लेख असाच भिडला होता. त्यात प्रथमच त्यांनी आपल्या घरच्यांविषयी - मुलगा आणि वडील - लिहिलं होतं. ते आणि राजू; ते आणि त्यांचे वडील यांच्या नातेसंबंधांची उकल करण्याचा प्रयत्न. खूप हृदयस्पर्शी आणि सुन्न करणारा लेख होता. असं, मला खास आवडणारं त्यांचं लेखन खूप आहे. नाटकं तर आहेतच. शिवाय 'रातराणी' लेखसंग्रहातले अनेक लेख, त्यांच्या कथासंग्रहातल्या त्यामानाने दुर्लक्षित कथा, 'हे सर्व कोठून येते', 'मी आणि नाटक'सारखी पुस्तकं...

अनेकानेकांची अभिरुची त्यांनी घडवली. दृष्टी दिली. विचारांना वेगळं वळण दिलं. सतत नवे प्रयोग करत राहिले. शेवटपर्यंत लिहिते राहिले.

त्यांचं शेवटचं नाटक, इंग्रजीमध्ये लिहिलं त्यांनी. नाव 'His Fifth

Woman', 'सखाराम बाईंडर' नाटकाचा epilogue होता. पुढचे प्रवेश. डॉ. चंद्रशेखर फणसळकरांनी त्याचा मराठी अनुवाद केला आहे.

वेगळं किंवा नवं काही ऐकलं की, तेंडुलकर ते पाहायला - भेटायला आवर्जून जायचे. फिल्म फेस्टिवल्सना हजेरी लावायचे.

एका चित्रपटमहोत्सवात त्यांनी 'कवडसे' हा सिनेमा पाहिला. तो पाहून बाहेर येताच त्यांनी मला मोबाईलवर फोन केला. तेंडुलकरांचा मोबाईलवर फोन आलाय म्हटल्यावर मी उडालोच. "दिलीप का?" त्यांनी विचारलं, "तुझा 'कवडसे' पाहिला. तू फारच चांगला केलायस रोल. तुझ्या उत्तम भूमिकांपैकी आहे ही-" मी ऐकतच राहिलो. जयवंत दळवींच्या 'कवडसे' कादंबरीवर आधारित चित्रपट होता आणि बायको-मुलांना पिडणाऱ्या एका भणंग आणि व्यसनी इसमाचा तो रोल होता. तेंडुलकरांना रोल आवडावा आणि त्यांनी माझा नंबर शोधून मला फोन करावा, याचं मला विशेष वाटलं.

त्यांच्याविषयी माझं आणखी एक निरीक्षण आहे. सामान्य माणसात काही निगेटिव्ह ट्रेट्स असतात. कडवटपणा असतो. एखाद्याबद्दल आकस, असूया असते. या स्वभावाच्या, वृत्तीच्या छटा ते तेंडुलकर असल्यामुळे, फार मोठ्या प्रतिभेचं सर्जनशील व्यक्तिमत्त्व असल्यामुळे मॅग्निफाय होऊन त्यांच्यात आल्या असतील का? त्यांच्या बोलण्यातील विषयांमुळे, व्यक्तींवरील भाष्यामुळे हे काही वेळा जाणवलं आहे.

'चिमणराव' चित्रपटाचं ते लेखन करायचे, त्यावेळी त्यांच्या घरी जाणं व्हायचं. एकदा पु.लं.चा विषय निघाला. तेंडुलकरांनी एक आठवण सांगितली. काही सामाजिक कार्यासाठी पैसे गोळा करायला तेंडुलकर हिंडत होते. सोसायटीतल्या एका बिऱ्हाडाची बेल वाजवल्यावर एका बाईंनी दरवाजा उघडला. समोर टीव्हीवर 'प्रतिभा आणि प्रतिमा' कार्यक्रमात पु.ल.पेटी वाजवत होते. हा प्रसंग सांगताना तेंडुलकर म्हणाले, "त्या बाईंनी कपाळाला आठ्या घालून माझ्याकडे पाहिलं. मी डबा वाजवत होतो. ते समोर पेटी वाजवत होते." त्यानंतरही तेंडुलकरांनी अनेकदा अनेक तऱ्हेने पु.लं.वरचा रोष व्यक्त केला आहे. कधी खाजगीत, कधी उघडपणे. पु.लं.चं साहित्य, परफॉर्मन्सेस, लोकप्रियता तेंडुलकरांच्या पचनी पडली नाही असं वाटे.

(बऱ्याच वर्षांपूर्वी 'अजगर आणि गंधर्व' हा एकांकिकांचा संग्रह तेंडुलकरांनी पु.लं. आणि सुनीताबाईंना अर्पण केला होता. पण तो तेंडुलकरांचा लेखक म्हणून सुरुवातीचा काळ होता. पु.ल. 'प्रस्थापित' साहित्यिक होते. तेंडुलकर 'प्रस्थापित बंडखोर' तोवर झाले नव्हते.) कधी कधी 'वेगळेपणा आणायचाच'

हा त्यांचा अट्टाहास असतो का, असाही प्रश्न मला पडला आहे.

तेंडुलकरांनी मराठी नाटक राष्ट्रीय, आंतरराष्ट्रीय पातळीवर नेलं. अमेरिकेतल्या त्यांच्या नाटकांच्या प्रयोगांच्या वेळी काही वेळा ते हजरही होते. इंग्रजी रूपांतरातल्या या नाटकांचा नटसंच अमेरिकन होता.

चार-पाच वर्षांपूर्वी हार्वर्ड युनिव्हर्सिटीत तिथल्या ड्रामा डिपार्टमेंटच्या आमंत्रणावरून तेंडुलकर गेले. त्यांना तेंडुलकरांचा 'टॉक' हवा होता. श्रोतृवर्गात भारतीय होते, तसेच अमेरिकन विद्यार्थी आणि तिथले प्रोफेसरही होते. आयत्या वेळी सुचवलेल्या विषयावर तेंडुलकर इंग्रजीत उत्स्फूर्त बोलले. हातात कसल्याही नोट्स न घेता. स्वत:च्या लेखनासंबंधी केलेलं ते प्रकट चिंतन होतं. 'माझ्या वाचकांशी परिणामकारकपणे संवाद साधता येत नाही, पोचता येत नाही... शब्दांचं तोकडेपण कळतं... लेखक म्हणून स्वत:ची असहाय्यता जाणवते... यावर उत्तर सापडत नाही...' अशा रीतीने त्यांनी अर्धा तास स्वत:तल्या लेखकाची कैफियत, खंत मांडली. नंतर मोकळी प्रश्नोत्तरं झाली. तिथे हजर असलेल्या मोजक्या मराठी मंडळींना (आणि हे मागाहून कळलेल्यांना) तेंडुलकरांचा जाम अभिमान वाटला! 'आपल्या' लेखकाचं 'मोठेपण' त्यांना (नव्याने) कळलं.

तेंडुलकरांना माणसांना अभ्यासण्यात खूप रस होता. आणि माणसांना तसं बनवणाऱ्या सामाजिक परिस्थितीचाही शोध ते घेत. ते म्हणत, ''पूर्ण माणूस कधीच कळत नाही. सारं गुंतागुंतीचं आहे. आपल्याला जेवढा दिसतो, कळतो, त्यावरून आपण निष्कर्ष काढतो. प्रत्येकाने आपले निष्कर्ष आपल्याजवळ ठेवावेत. कारण ते वेगवेगळे असतात.'' मला वाटतं, तेंडुलकरांच्या बाबतीतही आपण तेच म्हणू शकतो. एकूणच त्यांचं व्यक्तिमत्त्व गूढ होतं. तेच एकदा स्वत:विषयी म्हणाले होते - 'मी खरा कसा आहे, याचा अंदाज घ्यायला तुम्हालाच काय, मलाही जमलेलं नाही... मलादेखील मी समजलेलो नाही.'

कोणत्या तरी एका नियतकालिकात छोटे प्रश्न आणि छोटी उत्तरं या स्वरूपात तेंडुलकरांची एक पानभर छोटीशी मुलाखत प्रसिद्ध झाली होती. त्यातला एक प्रश्न असा - 'संकटाच्या वेळी तुम्हाला कोणाची आठवण येते?'

तेंडुलकरांचं उत्तर - 'देवाची. पण माझा देवावर विश्वास नाही.'

प्रश्न - 'तडजोडी किती केल्या?'

उत्तर - 'भरपूर. लेखनात कमी. आयुष्यात जास्त.'

प्रश्न - 'लांड्यालबाड्या कराव्या लागल्या का?'

उत्तर - 'होय. लबाड्या कराव्या लागल्या, त्या सर्वच जमल्याही नाहीत

आणि न केलेल्याही पदरी आल्या.'

अशी (चकवा देणारी) खास तेंडुलकरी कोटेशन्स खूप आहेत!

कधी कधी विचार येतो... तेंडुलकरांनी काय सोसायचं शिल्लक ठेवलं? पैशांची विवंचना अनुभवली, पटेल तेच लिहिण्याचा प्रामाणिकपणा, धीटपणा दाखवला म्हणून अनेकांचा रोष पत्करला, प्रसंगपरत्वे झुंडशाहीचा निषेध केला. अनेक बाबतीत परखड भूमिका घेतल्या, त्यांच्यावर शारीरिक हल्लेसुद्धा झाले. घरच्यांना धमक्या आल्या, बायकोचं दुर्धर आजारपण करावं लागलं, कर्तबगार मुलगी गेली, एकुलता एक मुलगा तडकाफडकी गेला, असाध्य रोग झाला. या संकटांच्या निष्ठुर हल्ल्यातही तेंडुलकरांचं लेखन, नव्या प्रयोगांविषयी कुतूहल - आस्था, वाचन, तरुण मित्रांशी संपर्क, त्यांना मार्गदर्शन, निर्भीड मतप्रदर्शन... हे सारं सतत चालू राहिलं...

... तेंडुलकर शेवटचे आजारी होते, तेव्हा त्यांना पुण्याच्या प्रयाग हॉस्पिटलमध्ये भेटायला जात होतो. ते तसे अ‍ॅलर्ट असायचे. मायस्थेनिया ग्रेव्हिस झाला होता. बोलणं शक्य नव्हतं (ट्यूब घातली होती) म्हणून ते छोट्या नोटपॅडवर लिहीत असत. तसं लिहून, खाणाखुणा करून संवाद साधत. एकदा घरी जाऊन मी त्यांना मोबाईलवर एसएमएस पाठवला - 'लवकरात लवकर तुम्हाला आराम पडो.'

त्यावर थकलेल्या-कंटाळलेल्या तेंडुलकरांचं एसएमएस उत्तर - 'आराम किंवा काहीपण पडो.'

७ जानेवारीला त्यांचा ऐंशीवा वाढदिवस झाला. वाढदिवसासाठी मी (आधी चौकशी करून) त्यांना आवडतो तो ब्लॅक फॉरेस्ट केक बनवून घेतला. बाजी कुलकर्णींच्या घरी त्यांना भेटायला गेलो. बरोबर दिलीप माजगावकर व माझा मुलगा होते. आमच्या गप्पा झाल्या. तेंडुलकर घोगऱ्या आवाजात, हळू बोलत होते. फोटोही काढले... ती शेवटची भेट...

त्यानंतर बऱ्याच दिवसांनी अमृता सुभाषने मला एक लिफाफा दिला. म्हणाली, "तेंडुलकरांनी हा दिला. 'दिलीपला दे...' म्हणाले." लिफाफ्यात त्यांचा माझ्याबरोबर काढलेला ७ जानेवारीचा फोटो होता.

तो चेहरा आज मी पाहतो. त्यात मला त्यांची आत्ताची उदासी आणि नेहमीची उमेद, अशा दोन्ही गोष्टी दिसतात.

...तेंडुलकरांनी खूप कोही दिलं.

शारदाश्रम

एक

माझी जडणघडण जशी काही व्यक्तींमुळे झाली, मला मार्ग दाखवायला, दिशा बदलायला, बदल घडवायला जशा त्या उपयोगी पडल्या, तशाच तऱ्हेने मी ज्या वास्तूत, भल्या मोठ्या सहनिवासात लहानाचा मोठा झालो, अर्धशतकाहून जास्त वर्षं राहिलो, त्या 'शारदाश्रम'मुळेही झाली. मला घडवण्यात, आमच्या या भल्या मोठ्या हाऊसिंग कॉलनीचाही मोठाच वाटा आहे!

आम्ही आधी – (त्यावेळी) खूपच दूर असलेल्या उपनगरात – डोंबिवलीला एका छोट्या जागेत रहात होतो. बाबा, आई आणि मी. बाबांचं बोट धरून, आईला खेटून चालत या सोसायटीमधे मी आलो, तेव्हा ती बांधली जात होती. दोनच इमारती पूर्ण झाल्या होत्या. (नंतर एकूण पंधरा झाल्या.)

सोसायटी बांधली जात असताना, मजल्यावर मजले चढून मोठी मोठी होताना, आकार घेताना जसं मी पाहिलं, तसंच मी मोठा होताना, घडताना या सोसायटीने पाहिलं! बालवयापासून ज्येष्ठ नागरिक होईपर्यंत.

दोन

डहाणू तालुक्यातल्या घोलवडच्या नजिक असलेल्या बोर्डी या समुद्राकाठच्या छोट्या गावी 'शारदाश्रम' नावाची निवासी शाळा होती. तिथे शिकलेल्या आचार्य भिसे गुरुजींच्या माजी विद्यार्थ्यांनी एकत्र येऊन दादरला एक 'सहवसाहत' निर्माण करण्याचा निर्णय घेतला. आपल्या शाळेची आठवण म्हणून आणि शाळेविषयी कृतज्ञता व्यक्त करण्यासाठी 'शारदाश्रम' हेच नाव सहनिवासाला त्यांनी दिलं. या माजी विद्यार्थ्यांमधे या कामात पुढाकार घेणारे होते बाबुराव परुळेकर. ते या 'शारदाश्रम' नामक 'दादर को-ऑपरेटिव्ह हाऊसिंग सोसायटी लिमिटेड'चे संस्थापक सदस्य होते. 'सहनिवास' किंवा 'हाऊसिंग सोसायटी' ही कल्पना त्या काळी नवीन होती. आधी दादरमधला भवानी शंकर रोडचा हा परिसर कुविख्यात होता. 'सैतान चौकी' या (हिंदी सिनेमात शोभणाऱ्या) नावाने

'शारदाश्रम'मुळे तिथला परिसर बदलला, सुधारला.

ओळखला जायचा. (अगदी आत्ता आत्तापर्यंत टॅक्सी ड्रायव्हरला किंवा बस कंडक्टरला त्याने 'कहाँ जाना है?' विचारल्यावर 'सैतान चौकी' हेच ठिकाणाचं नाव सांगितलं जायचं!) या ठिकाणी बाबुराव परुळेकर या द्रष्ट्या माणसाच्या पुढाकाराने ही वसाहत उभी राहिली. सहनिवासातच बाहेरच्या बाजूला पोस्ट ऑफीस, सेंट्रल बँकेची दादर शाखा, नंतर उभी राहिलेली शाळा – यामुळे या भागाचा सगळा माहोलच बदलून गेला. सुरक्षित झाला. परिसर बदलाची ती सुरुवात होती.

आमच्या लहानपणी बरेच व्हीआयपीज, तसंच नुसत्या कुतुहलापोटीही अनेक लोक ही सोसायटी दिसते तरी कशी, हे बघायला येत असत. A पासून O पर्यंत पंधरा पाच पाच मजल्यांच्या इमारती बांधल्या जात होत्या. (लिफ्ट मात्र नव्हती.) आईबाबांबरोबर आलो सोसायटीत तेव्हा A आणि B अशा दोनच इमारती पूर्ण झाल्या होत्या आणि काही कुटुंबं राहायला आली होती. आम्हाला मिळालेला 'सी' बिल्डिंगमधला ब्लॉक तयार होत होता. तिथे गिलाव्याचं काम चालू असल्यामुळे ओल होती. माझी आई त्यावेळी गरोदर होती. तिला तशा स्थितीतल्या ब्लॉकमधे राहणं योग्य होणार नाही म्हणून काही महिन्यांसाठी आम्ही, तयार असलेल्या 'ए' बिल्डिंगमधे राहिलो. थोड्या दिवसांत माझ्या भावाचा जन्म झाला. शारदाश्रमात जन्मलेलं ते पहिलं मूल होतं! त्याचं त्यावेळी खूपच कौतुक व्हायचं. तो काही महिन्यांचा झाल्यावर मी त्याला कसाबसा उचलून कडेवर घेत सगळ्यांना दाखवत फिरायचो हे आठवतं. तो बाळसेदार होता. मी (कधीच) नव्हतो. त्यामुळे 'अरे, पाडशील त्याला' असं म्हणत मोठी माणसं त्याला घेत. मला तेच हवं असायचं. एकाकडून दुसऱ्याकडे, त्याच्याकडून तिसऱ्याकडे असा तो फिरत असे. त्याचे होणारे लाड हे माझेच असल्यासारखे वाटून घेत मी अभिमानाने मिरवत, त्याला फिरवत असे.

तीन

तयार होत असलेली इमारत तासन् तास पहात राहणं आणि तिथला मजुरांचा, गवंड्यांचा कोलाहल, सिमेंट मिक्सरची घरघर, घमेल्यांचे आवाज ऐकणं हा माझा आवडीचा छंद होता. नंतर जवळ जवळ पाच तपं माझ्या आयुष्याचा भाग बनलेलं 'शारदाश्रम' हळूहळू बांधलं जात होतं. खाली एक मोठा प्रचंड खड्डा, समोर बांबूंच्या आधाराने लावलेल्या फळ्यांवर चढत्या क्रमाने उभे असलेले बांधकामाचे मजूर, त्यांचे आवाज, हाका, इशारे.. रेतीचे ढीग,

दगडांच्या, लाद्यांच्या राशी, खडी, वाळू – ह्या सगळ्यांमधून आम्हा मुलांचा खेळ चाले. इमारती पुऱ्या होत गेल्या आणि कुटुंबं रहायला येऊ लागली. थोड्याच दिवसांत शारदाश्रम सोसायटीला रंग आला. रूप आलं. बाबुराव परुळेकरांच्या अनेक कल्पना प्रत्यक्षात उतरू लागल्या. उदा. सोसायटीच्या सार्वजनिक हॉलमधे आपल्या एवढ्या मोठ्या सोसायटीच्या मुलांसाठी शाळा हवी, म्हणून 'शारदाश्रम बालक मंदिर' सुरू झाली. (आमची पहिली बॅच!) त्या छोट्या शाळेत शारदाश्रमातल्या आमच्या छोट्या सवंगड्यांबरोबरच बाहेरची मुलंही होती. आता ते स्वप्नात दिसावं तसं खूप धूसर आठवतं. पण काही गोष्टी स्पष्ट आठवतात. त्यावेळची प्रार्थना कानात घुमते – 'सरस्वती दे मज दिव्य मती.. इंद्रादिक देव पूजिती तुजला, वंदन ते करिती..' कोरसमध्ये म्हणणाऱ्या मुलांचे स्वर-आवाज स्मरतात. रंगीत दंडगोलाकार आणि चौकोनी ठोकळे खाली जाजमांवर ठेवलेले असायचे. गुलाबी आणि निळ्या रंगाचे. हॉलच्या बाहेर, चपलांसाठी असलेल्या निळ्या रॅकमधे बाकीच्या छोट्या छोट्या चपलाबुटांमधे माझ्याही नव्या कोऱ्या पट्टेवाल्या चपला काढून मी आत जात असे. पाटकरबाई डोक्यावरून हात फिरवून स्वागत करीत, हे आठवतं. वर्गात मी फार बोलतो, चिडवाचिडवी करतो, म्हणून बाईंनी आईकडे केलेली तक्रार आठवते. त्यानंतर बोलणं थांबलं नाही. फक्त बाईंच्या नकळत बोलू लागलो. (आणि चिडवाचिडवीचे पुढे वेगवेगळे मार्ग चोखाळले!)

सकाळी आईने दिलेला डबा घेऊन मी आमच्या पहिल्या मजल्यावरून खाली उतरून पंचवीस-तीस पावलांवर असलेल्या हॉलमधल्या आमच्या शिशुशाळेत जायचो. दोन्ही खांद्यांवरून येणारे पट्टे असलेली हाफपँट आणि तिच्यात खोचलेला शर्ट हा माझा पोषाख अजून आठवतो. मधेच कधी हॉलच्या बाहेर आलो की, मला पहिल्या मजल्यावरच्या आमच्या बाल्कनीत उभी असलेली आई दिसायची. तिला हात करून, 'डबा खाल्ला' असं ओरडून सांगून, 'राजीव (लहान भाऊ) झोपला का?' अशी चौकशी करून पुन्हा आत जायचो!

त्याच सुमारास बाबुराव परुळेकरांच्या पुढाकाराने 'शारदाश्रम विद्या मंदिर' ही शाळाही सुरू झाली. सुरुवातीला फक्त पहिली ते चौथीचे वर्ग भरत. शाळेची त्यावेळी इमारत नव्हती. प्रारंभी सोसायटीतच तळमजल्यांवरच्या काही गाळ्यांमधे शाळेचे हे वर्ग होते. शारदाश्रम सोसायटीतल्याच आरोलकरबाई, कोतवालबाई, सामंतबाई आम्हाला शिकवायला होत्या. बरीच मुलंमुलीही शारदाश्रमातलीच. त्यामुळे काही वेळा घरगुती, आपुलकीच्या गप्पा, चौकशाही ('आजी-आजोबा आलेयत का रे राहायला?' 'काय गं, आईची कंबर कशी

'हाउसिंग कॉलनी' ही संकल्पनाच नवी होती तेव्हा.

आहे?' 'मदत करतेस का गं आईला?' 'पाठांतर कोण घेतं रे घरी तुझं?') चालायच्या. आमची ही शाळा आम्हाला सोसायटीचंच एक्स्टेंशन वाटायचं!

या शाळेच्या बालवर्गात असताना मी आचार्य अत्र्यांचं 'गुरुदक्षिणा' नाटक केलं. शारदाश्रमातच 'जी' बिल्डिंगमधे राहणाऱ्या सामंतबाईंच्या घरी ह्या नाटकाच्या तालमी चालत. बाईंचे भाऊ कुडाळहून त्यांच्या घरी राहायला आले होते. त्यांना आम्ही 'दादामामा' म्हणायचो. ते आमचं हे नाटक बसवायचे. दादामामा पेटी वाजवत, गाणी म्हणत, कीर्तनही करत. त्यांच्या दिग्दर्शनाखाली नाटकाच्या तालमी करण्याचा आनंद काही और होता. ते करून दाखवत, करून घेत. (हेच माझे पहिले दिग्दर्शक!) काय कारण झालं कळलं नाही, पण शाळेच्या गॅदरिंगमधे ते नाटक झालंच नाही. आयत्या वेळी रद्द झालं. हिरमुसलेल्या मुलांसाठी मग फोर्टमधल्या थिएटरमधे 'बायसिकल थीफ' या खूपच गाजलेल्या सिनेमाला जायचा बेत ठरला. अजाणत्या वयात केलेल्या तालमी आठवतात, दादामामांचं दिग्दर्शन आठवतं आणि नाटक न झाल्याच्या निमित्ताने पाहिलेला 'बायसिकल थीफ' हा जगद्विख्यात सिनेमाही – त्यातल्या काही अविस्मरणीय सीन्ससकट – आठवतो.

चार

रघुवीर सामंतसर आमचे हेडमास्तर होते. धोतर, सदरा, कोट, टोपी अशी त्यांची वेशभूषा असायची. तेव्हां त्यांनी लिहिलेलं 'मासलेवाईक प्राणी' हे पुस्तक माझ्या संग्रही होतं. (आमच्या सरांचं म्हणून मी विकत घेतलं होतं.) एकदा काय झालं, पावसाचे दिवस होते. एके दिवशी मुसळधार पाऊस पडला. आमची सकाळची शाळा होती. शाळा भरल्याची घंटा वाजल्यानंतर उशिरा आलेल्या विद्यार्थ्यांना प्यूनने (नंतर होणाऱ्या कडक शिक्षेसाठी) बाहेर प्रवेशद्वारापाशी थांबवून ठेवलं होतं. सामंतसर आतून आल्याबरोबर प्यूनने लांबलचक छडी तत्परतेने त्यांच्या हातात दिली आणि छडीच्या प्रसादाचं वाटप बघायला बाजूला उभा राहिला. पण रात्रभर पडत राहिलेल्या पावसामुळे उशीर झालेल्या आणि शिक्षेसाठी निमूटपणे उभे राहिलेल्या मुलांकडे पाहून सरांना दया आली. "खूप लांबून आलात ना रे भिजून?" त्यांनी विचारलं. सगळ्या मुलांनी कोरसमध्ये 'होऽ सर' म्हटलं. त्यात माझाही आवाज होता. सरांना दिसणार नाही अशा प्रकारे दोन उंच मुलांमधे मी उभा होतो. 'होऽ सर' मी लपून राहून पण जोरात म्हटलं होतं. वास्तविक शारदाश्रम सोसायटीतल्या दोन इमारतींच्या तळमजल्यावर भरणारी शाळा, माझ्या घरून टीचर्स कॉमन रूम आणि दोन वर्ग (आतल्या बाकांवर बसलेल्या मुलांसकट) दिसायचे इतकी जवळ होती. पण पावसात भिजून आलेल्या मुलांच्या गर्दीत मीही घुसून , रुमालाने (कोरडं) डोकं खसाखसा पुसत (पुसताना तोंड झाकत) शिक्षेपासून स्वत:ला वाचवलं होतं!

पण ते प्रकरण एवढ्यावर संपलं नाही. शाळा सुटल्यावर माझ्या वर्गातला कळझुणकर मला म्हणाला, "तुझी लबाडी कोणीतरी सामंत सरांना सांगितली आहे. शारदाश्रमातच समोर राहून, उशिरा येतोस हे सरांना कळलं आहे. आता बघ कशी वाट लागते." तो वाट लागायची वाट बघत होता. मी दुसऱ्या दिवशी केलं काय, दप्तरात सरांनी लिहिलेलं 'मासलेवाईक प्राणी' पुस्तक ठेवलं. पुस्तक बारकाईने वाचलं आहे, असं भासवण्यासाठी मधे मधे पानांवर पेन्सिलीने खुणा केल्या. पुढले दोन-तीन दिवस कुठलाही तास चालू असताना वर्गाबाहेर सामंतसरांची चाहूल लागली की, लगेच मी 'मासलेवाईक प्राणी' दप्तरातून काढून वाचू लागायचो. पण सरांनी काही हटकलं नाही की विचारलं नाही. पावसातली लबाडी खपून गेली.

काही महिन्यांनी सामंतसर शाळा सोडून जातायत असं कळलं, तेव्हा मी त्यांना भेटून त्या पुस्तकावर त्यांची सही घेतली. सहीखाली सरांनी लिहिलं होतं

– 'नियमित वाचन करत जा.' केल्या चुकीचं परिमार्जन करण्यासाठी असेल पण मी सामंतसरांचा आदेश मानून वाचनाचा सपाटा लावला. सानेगुरुजी, भा. रा. भागवत, ना.धों. ताम्हनकर, वि.मा.दि. पटवर्धन वगैरे वाचलेच, पण मार्क ट्वेनचं 'टॉम सॉयर', एच.जी. वेल्सचं 'अदृश्य माणूस', अलेक्झांडर ड्युमाचं 'थ्री मस्केटियर्स' अशी भाषांतरित पुस्तकंही वाचली. वाचनाचा नाद लावायला ही पुस्तकं फार उपयोगी पडली.

सहावीनंतर मी ही शाळा सोडली. 'छबिलदास लल्लुभाई मुलांचे विद्यालय' मधे गेलो. मी शाळा सोडली, त्या सुमारास शाळेने शारदाश्रम सोसायटी सोडली. समोरच्याच मोकळ्या जागेत तात्पुरत्या शेड्स, खोल्या, वर्गांमधून शाळा चालू झाली. मग ती हळूहळू वाढत, बदलत गेली. काही वर्षांतच शाळेची मोठ्ठी इमारत आकाराला आली. शारदाश्रम सोसायटीसमोर 'शारदाश्रम विद्या मंदिर' ही शाळा दिमाखात उभी राहिली. काही वर्षांनी (क्रिकेटमुळे, सचिन तेंडुलकर – विनोद कांबळी यांच्या शालेय क्रिकेट स्पर्धेतल्या जागतिक उच्चांक ठरलेल्या विक्रमी भागीदारीमुळे आणि मुंबईच्या शाळांमधे अजिंक्य ठरल्यामुळे) नावारूपालाही आली. ६६४ धावांचा जागतिक विक्रम करणाऱ्या सचिन आणि कांबळीच्या भागिदारीने आणि शाळेने शालेय स्पर्धेची प्रेस्टिजस 'हॅरिस शील्ड' जिंकल्यामुळे 'शारदाश्रम विद्या मंदिर' हे नाव सर्वतोमुखी झालं! माझ्यासारख्या शाळेच्या शेकडो माजी विद्यार्थ्यांना फार फार अभिमान वाटावा असंच ते होतं. सचिनबद्दल तो वाटतच राहिला. तो आपल्या शाळेचा, म्हणून अधिकच!

पाच

सोसायटीच्या आवारात क्रिकेट, व्हॉलिबॉल, फुटबॉल आणि बास्केटबॉल-पासून कबड्डी (त्यावेळचं हुतूतू), खोखो, आट्यापाट्या, लगोरी असे अनेऽक खेळ खेळले जात. बॅडमिंटनसाठी तर चक्क दोन कोर्ट्स आखलेली होती. व्यवस्थित नेट लावून स्पेशल लाईट्सच्या प्रकाशात बॅडमिंटन खेळलं जाई. टूर्नामेंट्स होत. (या 'स्पोर्ट्स कल्चर'चा पुढे उपयोग झाला. लेखनासाठी!)

सोसायटीच्या हॉलमधे मधोमध टेबलटेनीसचं टेबल असे. एका बाजूला दोन कॅरमचे बोर्ड लावलेले. एकीकडे बुद्धिबळाचा पट. टेबलटेनीसचा गेम जोरात सुरू असे. नंबर लागलेले असायचे. कॅरमकडेही खेळणाऱ्यांबरोबर बघणाऱ्यांचीही गर्दी असे. मोजकी मंडळी बुद्धिबळात डोकं घालून बसलेली दिसत. नेमाने आणि उत्साहाने हे खेळ खेळले जात. पण कधी सोसायटीचा काही कार्यक्रम, समारंभ किंवा मीटिंग असेल, तर त्यावेळी खेळ बंद ठेवत.

हा हॉल लग्नमुंजीसाठीसुद्धा दिला जाई. कधी सक्काळी सनई-चौघड्याच्या आवाजाने जाग आली की कळत असे की, आज खाली हॉलमधे लग्न आहे. अशा वेळी मग टेबलटेनीसचं टेबल (पाय दुमडून) आणि कॅरम बोर्ड हॉलच्या भिंतीला टेकवून ठेवले जात. (मधे एकदा हॉलमधल्या एका लग्नाच्या पंगतीत गर्दी जास्त झाली , टेबलं कमी पडली म्हणून कॉंट्रॅक्टरने टेबलटेनीसचं टेबल घेतलं होतं! ही बातमी बाहेर फुटल्याबरोबर शारदाश्रम रहिवासी आणि लग्नवाले यांच्यात जोरदार भांडण झालं. अगदी मारामारीपर्यंत पाळी आली. लग्नवाल्यांनी मग माघार घेतली. पण टेबलावरचे वरणाचे आणि जिलबीचे डाग काढून टेबल पूर्ववत होईपर्यंत तीन दिवस टेबलटेनीस बंद ठेवावं लागलं!)

बहुतेक वेळा या लग्नमुंजीसाठी बँडचं पथक मागवलं जाई. हे बँडवाले हॉलसमोर खुर्च्या गोलाकार मांडून बसत. सगळ्या इमारतींच्या बाल्कन्यांतून हे बँड दिसे, ऐकू येई. मला स्वत:ला या बँडचं आणि त्यातल्या वाद्यांचं विलक्षण आकर्षण होतं. मी बाल्कनीतून कितीही वेळ ते बघत आणि ऐकत राहायचोच, पण त्या बँडवाल्यांच्या शेजारी उभा राहून ती वाद्यं, वाजवणारे, ट्रंपेट वाजवणाऱ्यांच्या बोटांच्या ओठांच्या हालचाली निरखत राहायचो. त्या बँडमधे ट्रंपेट्स असायची, ड्रम्स असायचे, क्लॅरिनेट, सॅक्सोफोन, मोठ्या झांजा (सिंबल्स) असं काय काय असायचं.

त्यातून स्फूर्ती घेऊन मी आमच्याएवढ्या मुलांचं एक घरगुती बँड पथक केलं होतं. आमच्या घराच्या बाल्कनीत आम्ही रिकामा लाकडी बॉक्स, टाल्कम पावडरच्या मोठ्या डब्या, डालडाचा डबा वगैरे गोष्टी तालासाठी घेऊन गाण्यांची धून तोंडानेच (वाद्यांचा आवाज काढून) मोठ्याने म्हणत, त्यावेळची लोकप्रिय गाणी वाजवत असू. बँड जोरात असे. समोरच्या बिल्डिंगमधल्या बाल्कनीत उभे असलेले रहिवासी हे बघून हसत असत. ते कौतुकाने हसतायत, त्यांना आपलं बँड आवडतंय असं वाटायचं आणि त्यामुळे आम्हाला आणखी जोर चढायचा!

एकदा मी धीर करून माझं वाद्य ('लॅक्टोमिन'चा रिकामा डबा आणि त्यावर वाजवायला टिपरीसारखी छोटी काठी) घेऊन लग्नाच्या बँडमधे सामील झालो होतो. अर्धवर्तुळाकारात खुर्च्यांवर बसलेल्या त्या बँडवाल्यांमधल्या ड्रमवाला आणि ट्रंपेटवाला यांच्या मधे उभा राहून मी त्यांचा ताल पकडून त्याप्रमाणे वाजवत राहिलो. ट्रंपेटवाल्याचं माझ्याकडे लक्ष गेलं. त्याने इतर बँडवाल्यांना नेत्रपल्लवी, खाणाखुणा करून माझ्याकडे त्यांचं लक्ष वेधलं. आता या मुलाचं काय करावं, असा त्यांना प्रश्न पडला असावा. दोन गाण्यांनंतर लग्नातल्या वेटरने ताटातून गोल्डस्पॉटच्या बाटल्या आणल्या आणि वादकांना वाटल्या.

बँडवाल्यांबरोबर त्याने मलाही दिली. आमच्या मित्रमंडळींनी ते लांबून पाहिलं. लताने आणि अविने ताबडतोब माझ्या घरी जाऊन चुगली केली, ‘‘दिलीप ना, बँडवाल्यांबरोबर गोल्डस्पॉट पितोय.’’ आईने लगेच हाका मारून, मला घेऊन यायची जबाबदारी तीन-चार मुलांवर सोपवली. तेव्हांपासून माझं बँड घरापुरतंच राहिलं.

सहा

माझे आजीआजोबा पुण्याला होते. फाळणीनंतर कराचीहून घरदार सोडून, तिथे गणिताचे शिक्षक असलेले आजोबा इथे पुण्याला येऊन स्थायिक झाले. सुट्टीत मी मुंबईहून त्यांच्याकडे राहायला जात असे. एका उन्हाळ्याच्या सुट्टीत गेलो असताना आजोबा मला गणिताची गोडी लागावी म्हणून शिकवायला घेऊन बसले होते. ते गणिताचे उत्तम (निवृत्त) शिक्षक होते. भूमितीतला एक रायडर शिकवणं चाललं होतं. पण माझं लक्ष दुसरीकडेच होतं. कुंपणापलिकडच्या एका इमारतीतून मला माऊथऑर्गनचे स्वर ऐकू येत होते. माझं लक्ष उडालंच. आजोबांची शिकवणी संपल्यावर मी शोध घेतला. माझ्यापेक्षा वयाने बराच मोठा असलेला मुलगा ‘एकही रास्ता’ सिनेमातलं ‘सावले सलोने आये दिन बहारके’ हे खूप लोकप्रिय गाणं वाजवत होता. अत्यंत सुंदर रीतीने. मी त्या वाद्याच्या प्रेमातच पडलो. ठरवलं, की हे वाजवायचंच.

मग मुंबईला परतल्यावर लाडीगोडी लावून बाबांना बाजा आणायला लावला आणि प्रॅक्टिस सुरू केली. वेगवेगळी गाणी. त्यावेळची अत्यंत लोकप्रिय. पुन्हा पुन्हा वाजवत असे. मग घरी कुणी आलं की, बाबा मला वाजवायला सांगत. माझ्या शेजारच्या बिल्डिंगमधे राहणारा विनयही फार छान वाजवायचा. आम्ही दोघे मिळून वाजवत बसायचो. आमच्या छोट्याशा बँड पथकात हे बाजावादनही सामील झालं होतं. बाकीची (ताल) वाद्यं मारून मुटकून बनवलेली असत – डबे, चमचे, पळ्या, प्लायवूड बॉक्स, टिपरी वगैरे. माउथऑर्गन्स मात्र खरेखुरे.

एक खूप हृद्य आठवण आहे.

आमच्या शेजारी वैष्णव रहात. वैष्णवकाकी आम्हाला अगदी घरातल्यासारख्या वाटत. त्या गोव्याच्या होत्या. वैष्णवकाका कारवारचे. खूप प्रेम होतं काकींचं माझ्यावर आणि माझ्या धाकट्या भावावर. एकदा संध्याकाळी त्या घरी आल्या आणि म्हणाल्या, ‘‘दिलीप रे, माझ्याकडे जोगेश्वरीहून लाड्याक्का म्हणून आल्यायत. खूप वर्षांनी आल्यायत मला भेटायला. त्यांना बाजा वाजवून दाखवशील का? मी त्यांना सांगत होते तुझं कौतुक. तर

म्हणाल्या, मला ऐकायचाय त्याचा बाजा. येशील थोडा वेळ?'' गप्पा मारायला आलेला विनय बसला होता बाल्कनीत. त्याला म्हटलं, चल जाऊ या. आम्ही दोघे आपापले माउथऑर्गन्स घेऊन शेजारच्या घरी गेलो. लाड्याक्का खूप म्हाताऱ्या होत्या. त्यांना नीट दिसत नव्हतं. बोळक्या तोंडाने कोकणीत सारख्या बोलत मात्र होत्या. वैष्णवकाकींकडे मदतीसाठी नेहमी येणारी नेनि नावाची लाल आलवणातली, कृश बाईही तिथे होती. ती परिचयाची होती. काकी म्हणायच्या, "अरे, या नेनिला गाण्यांची खूप आवड. कितीतरी गाणी पाठ रे हिला. छान गायची. पण बालविधवा ना. राहिलं सगळं. आता घरच्या कामात मदत करायला येते.''

त्या दिवशी मी आणि विनयने लाड्याक्का आणि नेनि यांच्यासाठी बाजावादन केलं. त्यावेळची खूप फेमस गाणी आम्ही वाजवली. 'पंछी बनूं उडती फिरूं मस्त गगनमें', 'ये रात भीगी भीगी', 'मेरा जूता है जापानी ये पतलून इंग्लिशस्तानी – सरपे लाल टोपी रूसी फिर भी दिल है हिंदुस्तानी', 'ऐ दिल, है मुश्किल, जीना यहां' ही गाणी एकापाठोपाठ एक अशी वाजवली. खूप मोठ्या ऑडियन्सपुढे आमचा बाजावादनाचा कार्यक्रम चालला आहे, अशा थाटात आम्ही वाजवत होतो. माउथऑर्गन्सवरची ती गाणी बाहेरही ऐकू गेली असावीत, कारण ब्लॉकच्या बाहेर आणि जिन्यावर बरीच माणसं, मुलंबिलं जमली. कुतुहलाने आत बघू लागली. पण आम्ही त्यावेळी फक्त लाड्याक्का आणि नेनि यांच्यासाठी वाजवत होतो. वैष्णवकाकी कौतुकाने बघत उभ्या होत्या. नेनि खाली अंथरलेल्या जाजमावर उकिडवी बसली होती. डोक्यावरचा लाल पदर सावरत, जमिनीकडे बघत तिने तिच्या हडकुळ्या बोटांनी जमिनीवर ठेका धरला होता. ती गुणगुणतही असावी. लाड्याक्कांच्या डोळ्यात गाणी ऐकून पाणीच येऊ लागलं. बाजावादन संपल्यावर लाड्याक्कांनी डोळे पुसत आमच्या पाठीवरून फिरवलेला हात आणि लाल आलवणातल्या नेनिने आभार मानायला, आम्हा मुलांना वाकून केलेला नमस्कार अजून आठवतो. अशी दाद मिळणं किती भाग्याचं होतं, हे आता कळतं...

सात

आमच्या कॉलनीत लवंदे नावाचे पेइंग गेस्ट राहायचे. 'ग्लॅक्सो' कंपनीत ते मोठ्या हुद्यावर होते. त्यांना संगीताची फार आवड होती. संगीताची म्हणजे, चित्रपटसंगीताची. त्यांचा एक हौशी वाद्यवृंद होता. चांगल्या नोकऱ्या आणि स्वत:चा व्यवसाय असलेले त्यांचे मित्र त्यांच्याकडे जमत. ही मंडळी उत्तम

वाद्यवादन करत. संध्याकाळी कॉलनीच्या गेटमधून आत शिरलं की, यांच्या ऑर्केस्ट्रातल्या सुमधुर गाण्याची धून तिसऱ्या मजल्यावरून खाली ऐकू येई. (त्यावेळी टीव्ही आला नव्हता. त्यामुळे मालिकाबिलिकांचे आणि त्यांच्या कर्कश पार्श्वसंगीताचे आवाज नव्हते.) मला ते ही गाणी वाजवताना ऐकायला फार आवडे. ज्यांच्या घरात हे लवंदे पेइंगगेस्ट होते, त्या प्रभुआजगावकरांच्या वशिल्याने मी घरात घुसलो आणि गाणी ऐकायला उभा राहू लागलो. वाद्यवृंदामधे हार्मोनियम, तबला, ढोलक, बोंगो, फ्लूट, जलतरंग अशी वाद्यं असायची. लवंदे बँडमास्टरसारखे हातवारे करत ऑर्केस्ट्रा 'कंडक्ट' करायचे. एकदा लवंदेंनी मला विचारलं, "अरे, तू माऊथऑर्गन वाजवतोस ना? तुला आणि त्या विनयला पाहिलंय मी बाजा वाजवताना." मग त्यांच्या मित्रांनी त्यांचं चहापान चालू असताना मला वाजवून दाखवायला सांगितलं. मी धावत जाऊन पळत आलो – बाजा आणि विनयला घेऊन. आम्ही दोघांनी वाजवून दाखवलं. मग त्या मोठ्या आणि अनुभवी लोकांनी आम्हा शाळकरी पोरांना ऑर्केस्ट्रात घ्यायचं ठरवलं. कुठल्या गाण्यातल्या कुठल्या ओळी माऊथऑर्गनवर वाजवता येतील हे सांगितलं. या वाद्यवृंदाचे मग मोजके कार्यक्रमही झाले.

मोठ्यांच्या वाद्यवृंदामधे सामील होऊन घेतलेला तो एक मस्त अनुभव होता. मग तो वाद्यवृंद यथावकाश बंद झाला.

...पुढे काही वर्षांनी मी चक्क तीन नाटकांमधे माऊथऑर्गन वाजवला. मतकरींचं 'प्रेमकहाणी', तेंडुलकरांचं 'लोभ नसावा ही विनंती' आणि डॉ. फणसळकरांचं 'वा गुरु'. 'वा गुरु' नाटकातल्या (माझ्या प्रो. सप्रे या व्यक्तिरेखेच्या) बाजावादनानंतर टाळ्या पडायच्या. अशा वेळी मला बऱ्याचदा शाळकरी वयात शेजारच्या घरात नेनि, लाड्याक्का आणि वैष्णवकाकींसाठी वाजवलेल्या गाण्यांची आठवण यायची. त्यांचा प्रतिसाद 'बाजावादन सार्थकी लागलं' असं वाटायला लावणारा होता! अवर्णनीय समाधान आणि आनंद देणारा. तसं नंतर कधी वाटलं नाही. 'वा गुरु'च्या वेळीही नाही.

आठ

'शारदाश्रम'मध्ये सगळे सण पहिल्यापासूनच मोठ्या उत्साहात साजरे होत. सुरुवात सार्वजनिक गणेशोत्सवाने झाली. गुढीपाडवा, दहीहंडी, दसरा, दिवाळी असे सगळे सण. हनुमानजयंतीसुद्धा. (कॉलनीत मारुतीचं एक छोटं, सुंदर देऊळ आहे.) पण गणेशोत्सवाची सर कुठल्याच उत्सवाला नव्हती. पाच दिवसांचा हा उत्सव.

सकाळ-संध्याकाळ जोरदार सामुदायिक आरत्या म्हटल्या जायच्या. हॉल माणसांनी भरून जायचा. मंत्रपुष्पांजली आटोपून प्रसादबिसाद घेतल्यावर आम्ही मुलं सोसायटीतल्या वेगवेगळ्या घरी खाजगी गणपतीच्या दर्शनाला जायचो. कुणाचं मखर, कुणाच्या सजावटीची कलाकुसर अधिक चांगली, अधिक वेगळी, कुणाच्या आरत्या जास्त लांबवत नाहीत, लगेच प्रसाद देतात, चविष्ट प्रसाद कुणाकडे – यावर मग आमची आपसात चर्चा व्हायची. त्याप्रमाणे कुठल्या कुठल्या घरी दर्शनाला जायचं, हे आम्ही ठरवत असू. शेजारच्या वैष्णवांकडे दीड दिवसाच्या गणपतीचं प्रसादाचं जेवण असायचं. जमिनीवर अंथरलेल्या सतरंज्यावर पंगती बसायच्या. केळीच्या पानात वाढलेलं अतिशय रुचकर जेवण. मी अगदी हळू हळू जेवत त्यांच्या कोकणी मराठी गप्पा ऐकत चार पाच पंगतीत बसून रहायचो. (कानांवर पडलेल्या त्या बोलीभाषेचा उपयोग पुढे चित्रपटांमधे केलेल्या तीन-चार भूमिकांसाठी झाला!)

पण उत्सवातलं मुख्य आकर्षण म्हणजे, मांडव घालून, स्टेज बांधून नाटकं केली जायची ते. मोठ्या माणसांची, परिचितांची झकास रंगलेली नाटकं बघता बघता मलाही ते करून बघावंसं वाटू लागलं. माझं रंगमंचावरचं पहिलं पाऊल शारदाश्रमातल्या गणेशोत्सवातच पडलं.

आजही मला ताडपत्र्यांचा वास त्या भूतकाळात घेऊन जातो. झांजा-टाळ्यांच्या नादात म्हटलेल्या सुस्वर आरत्या आठवतात, मंत्रपुष्पांजली आठवते आणि स्टेजवरच्या प्रखर दिव्यांच्या प्रकाशात उभा राहून उत्सुकतेने पाहणाऱ्या आमच्या प्रेक्षकांपुढे केलेली छोटी मोठी नाटकं आठवतात. त्यांनी दिलेलं उत्तेजन आठवतं. टाळ्या, शाबासकी, कौतुक, शुभेच्छा, आशीर्वाद...

त्या वयात या सगळ्याचंच फार अप्रूप होतं!

शारदाश्रम हाऊसिंग सोसायटीच्या पाठोपाठ शारदाश्रम बालक मंदिर आणि शारदाश्रम विद्या मंदिर सुरू करणाऱ्या कल्पक, हरहुन्नरी आणि सतत महत्त्वाकांक्षी योजना राबवण्यात व्यग्र असलेल्या बाबुराव परुळेकरांनी शाळेच्या मदतीसाठी भव्य नाट्यमहोत्सव करण्याचं ठरवलं. त्यावेळच्या मोठ्या नाट्यसंस्थांची उत्तमोत्तम नाटकं, स्टार कलावंत यांना त्यांनी या महोत्सवासाठी आमंत्रित केलं. आमच्या सोसायटीच्याच प्रांगणात एका बाजूला प्रशस्त स्टेज आणि समोर पुढे सोफे आणि खुर्च्यांच्या रांगा अशी व्यवस्था झाली. मी आणि माझ्याबरोबरची मुलंमुली नवलाईनं आमच्या डोळ्यांसमोर उभा राहणारा हा सारा महोत्सवाचा सोहळा जवळून अनुभवत होतो. आमच्या स्वयंपाकघराच्या खिडकीतून स्टेज जवळजवळ तीनचतुर्थांश दिसत होतं. नाटकातलं पात्र बोलत

त्यावेळी क्रीडासंस्कृती जोपासणाऱ्या विस्तीर्ण प्रांगणात आता गाड्यांचं पार्किंग

बोलत डाव्या बाजूला गेलं की, पुढे काही दिसत नसे. खिडकीच्या गजांना डोकं चिकटवून, डोळे ताणून बघितलं तरी उपयोग नसे! एखादा उत्कंठावर्धक प्रसंग असेल आणि नट किंवा नटी बघता बघता अशी दिसेनाशी झाली की, विरस होई. मला पूर्ण स्टेज बघायचं असे. मग आई ओरडे, "अरे, खाली जाऊन बघ की नाटक. आपलीच सोसायटी आणि आपलंच ग्राऊंड आहे." पण आईबाबांचं म्हणणं असे, "तिकीट काढून बघ. फुकट नको." मी मग 'झुंझारराव', 'दूरचे दिवे' आणि (नाव आकर्षक वाटलं म्हणून–) 'कृष्णार्जुन युद्ध' ही तीन नाटकं निवडली. नाटकांचे प्रयोग संध्याकाळी असायचे. मी सकाळी शारदाश्रम सोसायटीच्या गेटमधे तिकीटविक्रीसाठी टेबलखुर्ची मांडली होती तिथे गेलो. तीन तीन रुपयांची तिकिटं मागितली. तिकिटं विकणाऱ्या तिथे बसलेल्या क्लार्कने रुपरुपयाच्या नोटा घेऊन टेबलाच्या खणात टाकल्या आणि नाटकांची तिकिटं फाडली. चवदाव्या की पंधराव्या ओळीतली सीट होती. मी ती तिकिटं घेत असताना नेमके तिथे बाबुराव परुळेकर आले. तिकिटं काढलेली बघून रागावले. त्यांनी मला दमच भरला, "का रे? तू तिकीट काढतोयस? शारदाश्रमातल्या मुलांनी तिकीट नाही काढायचं. बघ कुठलंही नाटक. जा."

मग काही नाटकं तर मी पुढे सोफ्यावर बसून पाहिली.नाटक सुरू व्हायच्या आधी आणि संपल्यावर नाटकातल्या नटनट्यांच्या अवतीभवती घुटमळत राहणं, त्यांचं निरीक्षण करणं हा आम्हा मुलांचा त्या नाट्योत्सवाच्या काळात आवडीचा उद्योग झाला होता. स्टेजवर किंवा मेकअप रूममधे जात नसू, पण त्यांच्या स्टेजवर जाण्याअगोदरच्या किंवा नाटक संपवून निघतानाच्या नेहमीच्या कपड्यातल्या रूपात पहायला मला आवडे. हे कसे काय स्वत:ला रंगमंचाच्या प्रकाशात असे बदलू शकतात, वेगळ्याच वातावरणात कसे जाऊ शकतात, एवढं बोलणं, एवढे संवाद कसे पाठ करू शकतात, ह्या सगळ्याची तयारी किती आणि कशी करतात, असं सगळं त्यांच्याकडे नवलाईने पाहताना मनात येत राही. त्यांनी आपल्याशी बोलावं असं वाटे. एकदा मालती पेंढारकरांनी 'तू कितवीत आहेस रे, मुला?' असं विचारलं. राम मराठेंनी 'किती साली बांधला रे हा सहनिवास?' आणि स्नेहप्रभा प्रधानांनी 'डॉक्टर रणदिवे इथे राहतात का रे, बाळा?' असं विचारून माझ्याशी संवाद साधला, तेव्हा मला अगदी धन्य वाटलं.

कुठलं तरी एक संगीत नाटक बघता बघता झोप अनावर होऊन दुसऱ्या रांगेतल्या सोफ्यावर सोसायटीतली दोनतीन मुलं अंगाची मुटकुळी करून गाढ झोपी गेली, त्यात मीही होतो. (खुर्च्या आवरणाऱ्यांनी आम्हाला उठवून घरोघर पाठवलं!)

पण एकूण, म्हणावं असा प्रतिसाद या नाट्यमहोत्सवाला लाभला नाही असं आम्हाला कळलं. खर्च अफाट झाला. शाळेसाठी पैसे जमवता आले का कळलं नाही. बहुधा नसावेत. मात्र बरेच दिवस तो महोत्सव, ती नाटकं, पडदे, निरनिराळ्या प्रवेशांमधली दृश्यं, धुपाचा वास, नाटक सुरू होत असल्याचा इशारा देणाऱ्या तीन घंटा, वेगवेगळ्या भूमिकांमधले नट-नट्या, पडदा उघडण्यापूर्वीची अनावर उत्कंठा – हे सगळं बरेच दिवस डोक्यात घोळत राहिलं. आठवत राहिलं. काही वेळापुरतं एक आभासी जग निर्माण करणाऱ्या 'नाटक' या प्रकाराविषयी एक अनामिक आकर्षणही वाटत राहिलं.

'राष्ट्रसेवादल कलापथका'चे काही कार्यक्रम आमच्या सोसायटीच्या गणेशोत्सवात झाले. कमालीचे रंगतदार. पु.ल. देशपांडेंचा 'पुढारी पाहिजे', व्यंकटेश माडगुळकरांचा 'बिन बियांचं झाड' हे वग त्यांच्या निष्णात कलाकारांनी केले. कलापथकातल्या प्रमिला दंडवते शारदाश्रमात राहणाऱ्या, सुधा वर्दे यांचं माहेर (कोतवाल) शारदाश्रममधे. त्यांच्या वशिल्याने ही काही लोकनाट्यं इथे झाली. सुरू झाल्यापासूनच प्रेक्षकांनी उचलून धरली. वसंत बापट, राम नगरकर,

मधु कदम, सुधा वर्दे, लीलाधर हेगडे वगैरे मंडळी काम करत. निळू फुलेही कलापथकात होते, पण त्यावेळी तरी त्यांना बघायची संधी मिळाली नाही.

त्याशिवाय शारदाश्रमात हौशी आणि उत्साही स्थानिक मंडळींचीही नाटकं होत. त्यावेळच्या व्हीटी स्टेशनच्या समोर 'आराम' रेस्टॉरंट होतं. त्याचे मालक भाऊसाहेब तांबे शारदाश्रमात रहात. भाऊसाहेब तांबेंचे मुलगे मधु आणि माधव तांबे आमची नाटकं बसवत. ते आमचे हक्काचे दिग्दर्शक होते. ती नाटकं करता करता आणि मोठ्यांची नाटकं बघता बघता आपणही स्वतंत्रपणे काही करून बघावं, असं वाटू लागलं. त्यातूनच मग पु.लं.च्या एकपात्री कार्यक्रमाने फारच प्रभावित होऊन 'बटाट्याची चाळ'मधलं 'भ्रमण मंडळ' मी केलं, 'वाऱ्यावरची वरात'मधली 'साक्ष' केली, पहिलीवहिली एकांकिका लिहिली आणि सादर केली. (त्यातल्या फार्सिकल अभिनयावर बबन प्रभूंच्या 'झोपी गेलेला जागा झाला' फार्समधल्या आत्माराम भेंडे-बबन प्रभू जोडीच्या करामतींचा खूपच पगडा होता.) कॉलनीतल्या गणेशोत्सवात कौतुक करणाऱ्या प्रेक्षकांसमोर केलेल्या त्या एकांकिकेच्या प्रयोगाला एवढा प्रचंड रिस्पॉन्स मिळाला की, ही छापून यायला हवी, असं माझ्या मनानं घेतलं. (माझ्या बाबांच्या प्रयत्नांमुळे ती प्रकाशकांपर्यंत पोहोचली.) 'रामकृष्ण बुक डेपो'चे वि.र. बाम यांनी ती प्रकाशित केली. छापलं गेलेलं माझं पहिलं लेखन! त्याच्या प्रती शारदाश्रमातल्या काही मोजक्या बिऱ्हाडांना वाटल्याचं मला आठवतंय.

नऊ

त्यावेळी काही चांगलं, भारावून टाकणारं पाहिलं की आपणही असं काहीतरी (किंवा यावरच काहीतरी) करावं असं वाटे. आणि करून पाहणार कुठे? अर्थात शारदाश्रमातल्या उत्सवामधल्या स्टेजवर. करायला पूर्ण मोकळीक होती, संधी होती, वाव होता आणि बघायला कॉलनीतला उत्साही प्रेक्षक होता. (तो फार चिकित्सक बिलकूल नव्हता!) उत्तेजन देणारा होता.

असंच मी त्यावेळी एकदा 'सेंड मी नो फ्लॉवर्स' नावाची फिल्म बघितली. मला ती कॉमेडी फारच आवडली. या कल्पनेवर काहीतरी लिहिलं पाहिजे असं वाटलं आणि मी 'जित्याची खोड' नावाची एकांकिका लिहून माधव तांबे याला दिग्दर्शन करायला सांगितलं. माझी प्रमुख व्यक्तिरेखा असलेली ती एकांकिका सोसायटीत केलेल्या प्रयोगात उत्तम रंगली. हस्तलिखित घेऊन मी आत्मविश्वासाने प्रकाशक वि.र.बाम यांच्याकडे गेलो. त्यांनी माझ्या एकांकिका छापायला सुरुवात केली होती. (चार पाच प्रकाशित झाल्या होत्या.) 'वाचून

ठेवतो' म्हणाले. मी दोन दिवसांनी गेलो तेव्हा म्हणाले, "अहो, याच स्टोरीवर नाटक आलंय की."

"मला एका हॉलिवूडच्या फिल्मवरून सुचली कल्पना." मी सांगितलं.

"पण साहित्य संघाच्या नाटकात हेच कथानक आहे."

"कुठलं नाटक? कोणी लिहिलंय?"

"विश्राम बेडेकरांनी. वाजे पाऊल आपुले."

मी निमूटपणे 'जित्याची खोड' घरी घेऊन आलो. ती मग तशीच राहिली.(शारदाश्रम सोसायटीत कोणीतरी प्रकाशक हवा होता, असं त्यावेळी वाटून गेलं!)

नंतर एकदा सोसायटीच्या रौप्यमहोत्सवी सोहळ्यासाठी मी एक सव्वा तासाचं लघुनाटक केलं. 'प्लाझा स्वीट' (Plaza Suite) नावाची हॉलिवूडची फिल्म मी पाहिली होती. त्यातल्या वॉल्टर मॅथाऊ या नटासारख्या आपणही तीन अगदी भिन्न भूमिका कराव्यात, असं मला वाटलं. प्लाझा हॉटेलमधल्या एका प्रशस्त आरामदायी दालनात (Suite) एकापाठोपाठ एक, वेगवेगळ्या वयाची तीन जोडपी रहायला येतात. एक गेलं की दुसरं. दुसरं गेलं की तिसरं. तीन जोडप्यांच्या तीन कथा होत्या.

वॉल्टर मॅथाऊने तीन वेगळ्या वयाच्या पुरुषांचे रोल्स अफलातून केले होते. मी त्या कल्पनेवर आधारित एक लघुनाटक लिहिलं – 'हनीमून हॉटेल रूम नं.१२'. मीच बसवलं आणि त्यातल्या तीन व्यक्तिरेखा केल्या. त्यावेळी आमच्या, राज्य नाट्यस्पर्धेसाठी करणार असलेल्या रत्नाकर मतकरींच्या 'आरण्यक' नाटकाच्या तालमी चालू होत्या. मी कॉलनीच्या रौप्यमहोत्सवात हे नाटक करतो आहे, असं मतकरींकडे सहज एकदा बोललो होतो. कॉलनीतल्या प्रयोगाला अचानक रत्नाकर आणि प्रतिभा मतकरी आले. त्यांनी तो रंगलेला प्रयोग बघितला.

'दूरदर्शन'वरचा लोकप्रिय 'गजरा' कार्यक्रम त्यावेळी निर्माता-दिग्दर्शक विनायक चासकर यांच्याकडे होता. 'गजरा'चे काही कार्यक्रम मतकरी सादर करत होते. त्यांनी चासकरांकडे माझ्याविषयी, शारदाश्रमातल्या नाटकाविषयी सांगितलं. माझ्याबद्दल जोरदार रेकमेंडेशन केलं गेलं.

चासकरांनी मला बोलावून घेतलं. टीव्ही माध्यमाचा दरवाजा माझ्यासाठी या मुहूर्तावर उघडला! पुढे मग बरीच स्किट्स केली. वेगवेगळ्या विषयांवरची, वेगवेगळ्या भूमिकांची. 'शारदाश्रम' सोसायटीच्या रौप्यमहोत्सवातलं नाटक टीव्ही माध्यमातल्या प्रवेशासाठी निमित्त ठरलं.

दहा

मला आठवतं, 'छबिलदास' शाळेत होतो, तेव्हा बऱ्याचदा वर्गातली मुलं घरी यायची. त्यांना आमची मोठ्ठी कॉलनी बघायची असे. त्यांना मग मी (भाव खाण्यासाठी) आठ-दहा महत्त्वाच्या व्यक्तींची नावं सांगून त्यांची घरं दाखवत असे. 'मधू दंडवते आणि प्रमिला दंडवतेंचं ते बघा स्वयंपाकघर', 'सुप्रसिद्ध डायबेटिस स्पेशालिस्ट डॉक्टर एस.एस. (श्रीधर शांताराम) आजगावकर तिथे राहतात', 'सोसायटी संस्थापक बाबुराव परुळेकरांचा दुसऱ्या मजल्यावर ब्लॉक आहे', 'डॉक्टर रणदिवे (ज्यांनी नंतर 'शुश्रुषा' हॉस्पिटल सुरू केलं) यांचं ते बघा घर', 'लोकसत्ता'चे संपादक र.ना. लाटे तिथे पहिल्या मजल्यावर..', अशी, शारदाश्रमची सैर करायला आलेल्या वर्गमित्रांना 'टूरिस्ट गाईड' असल्यासारखा माहिती देत असे!

दंडवते आपल्या सोसायटीत राहतात याचा, त्यांचा शेजार लाभल्याचा शारदाश्रमातल्या रहिवाशांना सार्थ अभिमान वाटे. आमची तर स्वयंपाकघरं समोरासमोर असल्यामुळे प्रमिलाताईंचा वावर दिसे. आवाज अगदी स्पष्ट ऐकू येई. प्रा. मधू दंडवते सिध्दार्थ कॉलेजात फिजिक्सचे प्रोफेसर होते. फिजिक्स उत्तम शिकवणारे म्हणून त्यांचा लौकिक होता. बाहेरच्या कॉलेजातली मुलंही त्यांच्या लेक्चरला येऊन बसत.

एकदा भल्या सकाळी प्रमिलाताई दंडवतेंनी (त्यांच्या स्वयंपाकघरातून) मला हाक मारली. आमच्या बिल्डिंग्ज समोरासमोर होत्या. मधे सोसायटीचं आवार. "जरा येऊन भेट रे मला." त्या म्हणाल्या. मी नुकताच कॉलेजमधून आलो होतो, तसाच गेलो. "नाना (मधू दंडवते) उभे आहेत विधानसभेला, माहीत आहे ना तुला?" मी 'हो' म्हटलं. 'आम्हाला मदत करशील ना? तुमच्यासारखी मुलंमुली हवीत आम्हाला मदतीला. कामं कमी आहेत का इलेक्शनची!"

माझा राजकारणाशी संबंध नव्हता. (आजही नाही.) पॉलिटिक्स मला कधी मानवलं नाही. पण केवळ दंडवते कुटुंबावर लोभ होता, त्यांच्याशी स्नेह होता म्हणून 'आपले' दंडवते निवडणुकीला उभे आहेत म्हटल्यावर मतदारांची कार्डं घरोघर जाऊन वाटायचं काम मी हौसेनं घेतलं.

"काय करतोयस रे? फार अभ्यास नाही ना? मग ये की मदतीला.." असं म्हणून त्यांनी शारदाश्रमातल्या आणखी काही मुलांनाही कामाला लावलं. प्रमिलाताई एरवी इतक्या प्रेमळ, कुणालाही तत्परतेने मदत करणाऱ्या, मुलांचं कौतुक करणाऱ्या होत्या की कुणीही त्यांना 'नाही' म्हणूच शकलं नसतं.

(कॉलनीतल्या उत्सवात केलेल्या माझ्या एकांकिका-नाटकाला त्या एरवी एवढ्या बिझी असूनही येऊन बसायच्या. उत्तेजन द्यायच्या. पु.लं.चं 'भ्रमण मंडळ' ('बटाट्याची चाळ') मी केलं, तेव्हा त्यांनी अगदी तोंड भरून माझी स्तुती केली होती. ''भाईंना (पु.लं.ना) सांगते तुझी करामत!'' म्हणाल्या. मी खूप सुखावलो होतो. त्या काळात अशा प्रोत्साहनाची गरज वाटायची!)

प्रा. मधू दंडवते प्रजासमाजवादी पक्षाचे उमेदवार होते. विधानसभेच्या त्या निवडणुकीत मी घरोघर जाऊन मधू दंडवतेंची कार्डं वाटली. मतदाराचं नाव, वय, पत्ता वगैरे असलेली आणि प्रजासमाजवादी पक्षाचं चिन्ह असलेली ती कार्डं होती. त्या निमित्ताने वेगवेगळ्या इमारतींमधून, ब्लॉक्समधून, चाळीचाळींमधून आणि वस्त्यांमधून फिरता आलं. लोकांच्या घरात डोकावता आलं. तऱ्हेतऱ्हेच्या व्यक्ती, तऱ्हेतऱ्हेची कुटुंबं, वागण्याच्या वेगवेगळ्या तऱ्हा. आर्थिक स्तर वेगळे, राहणी वेगळी, स्वयंपाकघरातून येणारे वासही वेगळे. दिवसभर फिरून फिरून आम्ही कार्डं आणि पत्रकं वाटताना, 'प्राध्यापक मधू दंडवतेंनाच आपलं मौल्यवान मत द्या हं' असं (पढवल्यासारखं) सांगायचो. घेणारेही 'हो हो नक्की', 'जरूर देंगे', 'च्योक्कस' वगैरे म्हणत. काही लोक निरुत्साही प्रतिसादही देत.

मतदानानंतर शारदाश्रमाच्याच भल्या मोठ्या गच्चीवर कार्यकर्त्यांचा मेळावा झाला. मधू दंडवतेंचं आम्हा सगळ्यांना उद्देशून छोटेखानी भाषण झालं.त्यांनी आमचे मनापासून आभार मानले. ''खूप राबलात, त्याचं फळ नक्की मिळणार, आपला विजय निश्चित आहे.'' म्हणाले. एवढा उच्चशिक्षित, निष्कलंक, प्रामाणिक, कर्तृत्ववान उमेदवार, मेहनतीने केलेला प्रचार यामुळे दंडवते जिंकणार ही काळ्या दगडावरची रेघ, असं सगळ्याच उत्साही कार्यकर्त्यांना वाटत होतं. मलाही. पण प्रत्यक्षात निकाल फारच धक्कादायक लागला. ('पीएसपी'चा निकाल लागला!) काँग्रेसचे डॉ. मटकर पहिले आणि कम्युनिस्ट पक्षाचे कॉम्रेड जया पाटील दुसरे आले. प्रा. मधू दंडवते तिसरे! मी फार खट्टू झालो. या सगळ्या राजकीय चढाओढीच्या प्रकारात आपल्याला न कळण्यासारखं खूप काही आहे, अशी मनाशी खूणगाठ बांधली.

मग कार्यकर्त्यांची गर्दी ओसरल्यावर मी प्रमिलाताईंना एकदा भेटायला गेलो, तेव्हां त्यांनी माझे व्यक्तिश: आभार मानले. ''हक्काने बोलावते नेहमी तुला. तुम्ही शारदाश्रमातली मुलं म्हणजे कधीही मदतीला हाक मारली की येतील, अशी वाटता मला.'' मी म्हटलं, ''निकालाचं जाऊ द्या. मलाही त्यानिमित्ताने गल्ल्या आणि वस्त्यांमधून फिरण्याचा, कितीतरी लोकांना भेटण्याचा अनुभव आला. असा जनसंपर्क एरवी कुठे करायला मिळाला असता?

...त्यानंतर बऱ्याच वर्षांनी दंडवतेंच्या घरी जाण्याचा योग आला. पण शारदाश्रमातल्या घरी नाही. दिल्लीतल्या. 'जनता दल' सत्तेत असताना ते (आधी रेल्वे मंत्री, मग) अर्थमंत्री होते. माझ्या 'हसवाफसवी' नाटकाचा दिल्लीत प्रयोग होता. प्रमिलाताईंनी आम्हा सगळ्यांना आग्रहाने घरी बोलावलं. स्वत: बनवलेले पदार्थ खाऊ घातले. त्यांचं अगत्य, साधेपणा शारदाश्रमातल्या त्यांच्या घरातल्यासारखाच होता. फक्त घराघरात फरक होता. हे घर प्रशस्त होतं. एका केंद्रीय मंत्र्याचं!

अकरा

शारदाश्रमात दरवर्षी एक कौतुकसमारंभ व्हायचा. सानांपासून थोरांपर्यंत कुणीही कुठल्याही क्षेत्रात काही विशेष कामगिरी केली असेल, तर ह्या वार्षिक समारंभात त्याची दखल घेतली जाई. या समारंभ समितीची मंडळी वर्षभर अशी माहिती गोळा करीत. छानशी भेट, फुलं वगैरे देऊन सत्कार केल्यावर कामगिरीची माहिती सांगितली जाई; आणि काही विशेष असेल तर त्या व्यक्तीबद्दल गौरवपर छोटं भाषण केलं जाई. विद्यार्थ्यांच्या परीक्षेतील विशेष यशाबद्दल असं कौतुक झालं की त्यांना, त्याच्या घरच्यांना, मुद्दाम हा समारंभ बघायला आलेल्या त्यांच्या पाहुण्यांनाही छान वाटे. मोठ्यांच्याही कार्याचा, 'अचीवमेंट्स'चा गौरव केला जाई. माझं अनेकदा राज्य पारितोषिकं व इतर मानाच्या पुरस्कारांबद्दल असं कौतुक झालंच, पण प्रो. मधू दंडवतेंचाही भारताचे रेल्वेमंत्री आणि मग अर्थमंत्री झाल्याबद्दल या 'कौतुक' समारंभात सत्कार करण्यात आला. सगळे शारदाश्रमवासी अभिमानाने या सत्कारासाठी हॉलमधे जमले होते.

मला स्वत:ला खरोखरीच 'भावनिक' वाटावा, असा माझा 'स्पेशल' सत्कार अभिनयाचा राष्ट्रीय पुरस्कार ('लगे रहो मुन्नाभाई' सिनेमातल्या 'गांधी' या भूमिकेसाठी) मिळाला तेव्हा आमच्या या हॉलमधे झाला. त्याला अगदी एखाद्या (मोठ्ठया) कुटुंबातला असावा तसा घरगुतीपणा होता. प्रचंड गर्दी असली, तरी विलक्षण अनौपचारिकता होती. छोटी छोटी भाषणं झाली. बोलणारी सगळी माझ्याबरोबर शारदाश्रमच्या स्टेजवर बागडलेली मंडळी होती. या कार्यक्रमासाठी आवर्जून आलेल्या माहेरवाशिणी होत्या. माझ्या सगळ्या उत्साहाला, हौसेला, नवीन काही करू पाहण्याच्या ऊर्मीला साथ देणारी, हक्काची माणसं! तेव्हाचे बालकलाकार आता मोठे झाले होते. 'दिलीपकाकाने असं केलं दिलीपकाकाने तसं केलं' वगैरे रंगवून सांगत होते. मला माहीत

नसलेल्या किंवा आठवतही नसलेल्या घडामोडी! त्यांना सतत सांभाळून घेत आलो, असं त्यांचं म्हणणं होतं. मी ते फारसं मनावर घेत नव्हतो, पण तरी थोडा संकोचलोही होतो. माझ्या छोट्याशा भाषणात मी लहानपणापासून रंगमंचावर केलेल्या नाटकांच्या आठवणी जागवल्या. आणि शेवटी हेही म्हटलं – "....मी, आणि आमची पिढी भाग्यवान आहे. कारण बालपणापासून आम्हाला 'शारदाश्रम'सारखी सोसायटी मिळाली... प्रसन्न वातावरण मिळालं.. उत्तेजन देणारी, कौतुक करणारी ज्येष्ठ मंडळी मिळाली" ...वगैरे. माझ्या एके काळच्या शिक्षिका कोतवालबाई आणि श्री. कल्याणपूर (दोघेही नव्वदीच्या पुढचे) यांच्या हस्ते मला भला मोठा गुच्छ दिला गेला. मी दोघांनाही वाकून नमस्कार केला. हा नमस्कार वास्तूलाही होता.

जवळपास सलग अर्धशतकाच्या माझ्या शारदाश्रम सहनिवासाच्या सहवासानंतर मी पुण्याला गेलो. माझे आजोबा (शिक्षक पेशातून) निवृत्त होऊन फाळणीनंतर कराचीहून पुण्याला आले. बाबाही गोदरेज कंपनीतून निवृत्ती घेतल्यानंतर पुण्याला आले. मीही पुण्याला आलो. निवृत्त झालो नव्हतो. जरा आपली स्वत:ची एक संथ गती सांभाळावी, आपल्या आवडीचं करावं, नवे छंद जोपासावे, एकूणच (गोव्याच्या भाषेत) 'सुशेगाद' रहावं या उद्देशाने पुण्याला (स्थायिक होण्यासाठी) यायचं ठरवलं. पण झालं असं की पुण्यात पाऊल ठेवलं आणि मुंबईतली कामं एकदम वाढली! म्हणजे मग शारदाश्रमात वारंवर जाणं होतच राहिलं. शारदाश्रमाशी बंध जोडलेलेच राहिले. आमच्या पिढीतले लोक आता सोसायटी सोडून गेले. बरेचसे जगभर विखुरले.

परगावी-परदेशात गेलो की, जे भेटतात त्यांना मी 'आपला, शारदाश्रमातला दिलीप' किंवा 'आपल्या शारदाश्रमातला दिलीप' वाटतो. हा आपलेपणा खूप सुखावणारा असतो कारण तो मला पुन्हा गतकाळात, बालपणात नेतो. शारदाश्रमातल्या बंधमुक्त क्षणांमधून फिरवून आणतो.

.... आता कधी गेलो, तर संध्याकाळी फिरायला दादरच्या फुटपाथ किंवा रस्त्यावरून न जाता शारदाश्रमच्या गच्चीवर जातो. सहाव्या मजल्यावर गच्ची आहे. लिफ्ट नसल्यामुळे जिने चढून जातो. चहूबाजूंनी उंच उंच उठलेल्या इमारती दिसतात. पश्चिमेकडे सूर्य मावळत असतो तिथे सिद्धी विनायक मंदिराचा कळस दिसतो, आणि दुसऱ्या बाजूला शारदाश्रम विद्या मंदिरची दिमाखदार इमारत दिसते. उजवीकडे आणि डावीकडे कठड्यावरून जरा डोकावलं की, शारदाश्रमातले ब्लॉक्स दिसतात. बदललेली सोसायटी, अनोळखी, अपरिचित चेहरे दिसतात. काही ठिकाणी आधीच्यांनी ब्लॉक्स विकल्यामुळे नवीनच मंडळी

आजही गच्चीवरून खाली डोकावलं की, बालपण आठवतं!

राहायला आली आहेत.

आमच्या आधीची पिढी आता राहिली नाही. आम्हाला लहानाचे मोठे होताना पाहणारे, आमच्या सगळ्या उत्साही धडपडीचे साक्षीदार, सहनिवास संस्कृती जागवणारे, जपणारे सगळे गेले. कोणीच उरले नाहीत.

या 'हाऊसिंग कॉलनी'ने मला खूप काही दिलं. 'व्यक्तिमत्त्व विकास' वगैरे असे काही शब्द नव्हते. पण अनेक गोष्टींमधे रस घ्यायला, घडायला, फुलायला संधी दिली. जवळपास दीडएकशे बिऱ्हाडांचं ते कुटुंबच होतं. किती तऱ्हेची माणसं, किती प्रकारचे अनुभव आणि किती गोष्टींच्या आठवणी ..

गच्चीच्या कठड्याकडे जाऊन खाली वाकून पाहिलं की, भूतकाळात डोकावल्यासारखं वाटतं...काही क्षणांनी काहीच दिसत नाही. अंधारून येतं.

...दिव्यांनी शारदाश्रम उजळत जातं. मी बघत राहतो, डोळे ताणून.

छायाचित्र ऋणनिर्देश

- देवदत्त कामत
- राहुल दंडवते
- अंजली चासकर
- विनय धुमाळे
- सोनिया खरे
- पल्लवी चित्रे
- कविता बेंद्रे
- निवेदिता कुलकर्णी पालकर
- मीना कर्णिक
- विशाल साठे
- केदार प्रभावळकर

माझ्या धम्माल गोष्टी

दिलीप प्रभावळकर

तो मुलगा धडपड्या आहे. चौकस आहे, पण भोचक नाही.
त्याचं घर, त्याचं कुटुंब, शेजारीपाजारी,
त्याची शाळा, त्याचे शिक्षक-शिक्षिका,
त्याचे वर्गातले अन् सोसायटीतले मित्रमैत्रिणी
या सगळ्यांनी भरलेलं त्याचं जग.
त्याच्या या छोट्याशा जगात घडणाऱ्या अफलातून घटना.
सुप्रसिद्ध अभिनेते आणि साहित्यिक
दिलीप प्रभावळकरांनी खास त्यांच्या मिष्कील शैलीत
उलगडलेल्या आपल्या बालपणीच्या आठवणी...

बोक्या आहे निर्मळ मनाचा नि धाडसी वृत्तीचा.
तो व्रात्य आहे, पण वांड नाही. खोडकर आहे पण खोडसाळ नाही.
गरजूला मदत करणं व ढोंगी माणसांच्या वर्मावर घाला घालणं हा त्याचा धर्म!
प्रत्येक संकटातून, अग्निदिव्यातून तो सहीसलामत पार पडतो.

दिलीप प्रभावळकरांच्या या मानसपुत्राच्या धमाल करामती !

दिलीप प्रभावळकरांची 'राजहंसी' मिस्किली!

हसागत
दिलीप प्रभावळकर

पत्रापत्री
दिलीप प्रभावळकर

दिलीप प्रभावळकर
हसवा फसवी

कागदी बाण
दिलीप प्रभावळकर

'राजहंस बुक क्लब' सभासद योजना ऑनलाइन उपलब्ध

www.rajhansprakashan.com

सभासद होण्याकरिता **बुक क्लब** पेजला भेट द्यावी.

विशेष सूचना : 'राजहंस ग्रंथवेध' हा अंक मिळवण्यासाठी सभासदत्वाचे नूतनीकरण आवश्यक.

'राजहंस बुक क्लब' योजना – नवीन सभासद नोंदणीसाठी :

१) नवीन सभासद होण्यासाठी आपण **बुक क्लब** या पेजवर क्लिक करा.

२) तेथे आपणास तीन पर्याय दिसतील. त्यातील आपणास हवा तो पर्याय निवडा.

३) **सभासद व्हा**, या बटनावर क्लिक करा.

४) Proceed to checkout बटनावर क्लिक करा.

५) Billing detail मध्ये आपली संपूर्ण माहिती पिनकोडसहित भरा.

६) Place order बटनावर क्लिक करून ऑनलाइन पैसे भरा.

७) आपण सभासद झाल्याची मेल आपल्याला आल्यावर पुस्तक खरेदी करा म्हणजे सभासद योजनेची सूट आपल्याला पुस्तक खरेदी करताना मिळेल.

राजहंस प्रकाशन प्रा. लि.

www.ingramcontent.com/pod-product-compliance
Lightning Source LLC
LaVergne TN
LVHW051023051026
849532LV00004BA/1350